LÝ HẠ

Bàn Tay của Quỷ

TUỆ SỸ ▪ **LÝ HẠ - Bàn Tay của Quỷ**
Bản thảo, Nha Trang 08/12/Giáp Dần (19/1/1975).
In lần đầu, Nhà xuất bản Đà Nẵng, 12/2023.

TUỆ SỸ

LÝ HẠ
BÀN TAY CỦA QUỶ
Quỷ Tài và Quỷ Thi

NHÀ XUẤT BẢN ĐÀ NẴNG ■ HƯƠNG TÍCH

Tranh chân dung Lý Hạ

Giới thiệu

Kể từ cảo bản may mắn còn để lại trong ngăn kéo phòng văn mờ bụi phủ, đã gần nửa thế kỷ trôi qua ngọn đồi Hải Đức. Bên này xóm Dừa vẫn nép mình lặng lẽ, xao xác tiếng gà trưa. Bên kia *đỉnh đá này và hạt muối đó chưa tan*. Sư xuống núi, xếp lại những trang kinh cổ, đóng cửa tàng thư, đi theo vận mệnh nổi trôi, thầm hẹn ngày sẽ mở lại trang Thơ.

Kể từ tác phẩm đầu tay, *Đại cương Thiền quán*, do Liên Hoa ấn quán xuất bản 1967[(*)] mà Đại lão Hòa thượng Thích Đôn Hậu lúc bấy giờ giới thiệu tác giả là "chú" Tuệ Sỹ, một học tăng vừa 22 tuổi. Tiếp theo là *Triết Học về Tánh Không*, An Tiêm xuất bản 1970, và tiếp theo nữa, người tu sĩ tuổi hai mươi mà cuộc đời tưởng chừng êm ả bình an dưới mái hiên chùa, trong điện Phật u trầm mênh mang mỗi sáng khuya vẫn nghe ra đâu đó những tiếng sấm rền cuối trời phương ngoại. Bên những ngôi Bắc đẩu trên vòm trời thi ca Trung nguyên buổi thịnh triều như Lý Bạch, Đỗ Phủ, Tô Đông Pha, Bạch Cư Dị..., ông lại chọn Tô Đông Pha, với sự đồng cảm sâu lắng của một thanh niên và một ông già 60 còn lận đận nơi đất trích, kẻ phương Nam người đất Bắc, và cách nhau trong thoáng chốc 1000 năm văn học sử. Sau này có nhà phê bình văn học nhận xét: "Tuệ Sỹ viết về Tô Đông Pha, mà nghe như viết cho chính mình!"

(*) Hương Tích sẽ tái bản quý I/ 2024.

Mới hay câu chuyện Tô Đông Pha, là của Tô Đông Pha, nhưng những đọa đày lao viễn mộng là của chung cho mọi người dưới Trời thơ, giữa ba đào lịch sử. Sực nhớ, Phạm Công Thiện có viết một câu như rút từ gan ruột mà ra: "*Triết lý là sự nghiệp tàn nhẫn của cả một đời người. Thi ca lại càng tàn nhẫn hơn nữa.*" Tác phẩm *Tô Đông Pha những phương trời viễn mộng* đã ra đời như thế, Ca Dao xuất bản 1973.

Và tiếp theo, là bản thảo này, về Lý Hạ một thi tài yểu mệnh. Thi tài đó được tác giả gọi là Quỷ tài, bên cạnh Tiên tài Lý Bạch. Trong một chương, ông viết: "*Cũng có thể, quỷ tài được hiểu như là một thiên tài quái dị, mà ngôn ngữ được sử dụng trên mức độ ma thuật, ngụy quyệt. Đó là tư chất thiên phú, với những tưởng tượng đầy tính siêu thực. Sử dụng thi ca y như thủ pháp ma thuật không phải chỉ là một kỹ xảo. Đằng sau từ điệu huyễn hoặc còn ẩn chứa một thế giới huyễn hoặc; thế giới của thần mộng và cô liêu, có thể gọi như vậy. Trong tận cùng sâu thẳm đó là gì; có lẽ chúng ta không thể tìm đến chỉ do sự thúc đẩy của bản tính hiếu kỳ, mà phải đến bằng tất cả những lời kêu gọi thống thiết của định mệnh nhân sinh.*"

Lý Hạ sống trọn vẹn được 27 năm đời thì chết, như một ngôi sao băng qua trời. Bọn văn nhân ở lại thương tiếc mà rằng: "*... giả sử Hạ chưa chết để thêm vào một chút Lý cho thi ca của mình, thì bọn chúng ta có thể gọi thơ của Hạ là Ly tao được vậy.*"

Sách viết về một thi tài độc đáo thuở thịnh Đường, chết yểu; có lẽ vì thế mà bản thảo cũng yểu mệnh long đong. Hoàn thành đầu năm 1975; sách viết theo ngẫu hứng, dạng tùy bút, không phân chương tiết như các sách truyền thống về tiểu sử danh nhân. Bản thảo đã nằm yên đâu đó gần nửa thế kỷ, may chưa thất lạc, nay tìm lại được thì tác giả đã gần 80, thân luy lão bệnh, việc còn mất đã coi như sự thường. Hương Tích xin phục hồi nguyên bản, chỉ hiệu chỉnh bổ sung vài chữ hoặc âm Hán do phương tiện nhập liệu lúc ấy còn thô sơ, và chua thêm vài cước chú cần thiết, được đánh dấu HT, bên cạnh các cước chú của tác giả; để lưu giữ một tác phẩm, và tri ân một đời người đã tận hiến cho học thuật và văn chương.

Một ước hẹn đã chôn vùi tang tóc
Cánh chim trời xa mãi giữa lòng sâu
Nghe một nỗi hao mòn trong thoáng chốc
Một mùa thu một vạn tiếng kêu gào.(•)

Hạnh Thiên Thị Ngạn Am,
Tiết lập đông Quý Mão.

(•) Thơ Tuệ Sỹ, *Giấc mơ Trường sơn.*

Mục Lục

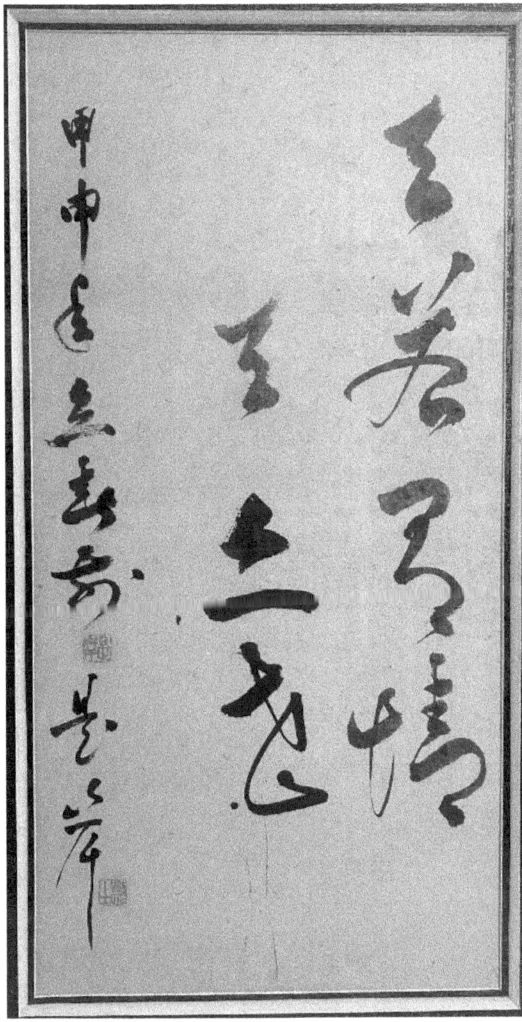

Thiên nhược hữu tình thiên diệc lão, Trời mà hữu tình trời hẳn cũng già thôi (Thơ Lý Hạ, bài *Kim đồng tiên nhân từ hán ca*). Thư pháp của tác giả.

Tiểu truyện Lý Hạ

Nhà Đường sáng nghiệp kể từ năm 618 Tây lịch. Đường Cao Tổ, họ Lý tên Uyên, kế nghiệp nhà Tùy. Trải qua 22 đời vua, 292 năm cơ nghiệp, triều đại này đã chứng tỏ một thời đại phồn thịnh của thi ca Trung Quốc.

Lý Hạ, tự Trường Cát, vốn dòng dõi tôn thất nhà Đường; và đôi khi hình như đã không che giấu tính cách tự phụ về huyết thống của mình. Hạ thường tự gọi là "tông nhân", "tông tôn", hay "hoàng tôn" vân vân. Viết lời tựa cho bài thơ *Kim đồng tiên nhân từ Hán ca*, Hạ nói về mình: "Đường chư vương tôn Lý Trường Cát." Nơi khác, trong bài thơ *Nhân hòa lý tạp tự Hoàng Phủ Thực* chẳng hạn, Hạ cũng nói: "Tông tôn bất điệu vi thùy liên." Hoặc trong bài *Hứa công tử Trịnh Cơ ca*: "Vị yết hoàng tôn thỉnh Tào thực."

Mặc dù được xác định như vậy bởi chính Lý Hạ, nhưng chúng ta không dễ gì tìm thấy sự liên hệ về mặt quyến thuộc giữa Hạ và triều đình. Đời sống của Hạ, tuy ngắn ngủi, nhưng cũng trải qua được ba đời vua: Đức Tông (trị

780), Thuận Tông (trị 805) và Hiến Tông (trị 806-820); ấy vậy, không nhà vua nào có vẻ biết đến Lý Hạ. Cho nên, con đường tiến thủ của Hạ cũng gian nan như tất cả dân dã. Rồi chúng ta cũng sẽ có dịp chứng kiến cái cảnh nghèo khổ, túng quẫn của Hạ. Vì vậy, dòng dõi tôn thất đối với Hạ chỉ có thể là một tự phụ, nếu có; một tự phụ suông, không giúp ích gì cho đời sống thực tế cả.

Chúng ta biết rất ít về tiểu sử của Hạ; bởi vì, những sách xưa nếu có chép, nhiều lắm là mười mấy dòng, không đủ để lấp kín hai trang chữ Hán. Người đầu tiên giới thiệu thi ca của Hạ là Đỗ Mục (803-852); nói là đầu tiên, song cũng phải đợi đến 15 năm sau khi Hạ mất mới viết. Bài giới thiệu của họ Đỗ này không đề cập đến tiểu sử. Người đầu tiên chép truyện Lý Hạ chắc hẳn phải là Lý Thương Ẩn (813-858), nhưng cũng chỉ giới hạn trong khoảng 500 chữ; trong số đó, những lời dành để tán dương và tiếc nuối một thiên tài mệnh yểu đã chiếm gần một phần tư. Duy chỉ *Cựu Đường Thư*, *Tân Đường Thư*, *Thái Bình Quảng Ký* là có thể cung cấp các chi tiết tạm coi như đủ để biết về cuộc đời của nhà thơ. Tuy nhiên, *Cựu Đường Thư* chép quá ngắn, không đầy 100 chữ. *Tân Đường Thư*, một pho sử được biên soạn sau Lý Hạ khoảng 250 năm, chép khá hơn một chút:

"Lý Hạ, tự Trường Cát, dòng dõi Trịnh vương.

Mới bảy tuổi đã giỏi từ chương. Hàn Dũ[1] và Hoàng Phủ Thực, khi mới nghe đồn lần đầu, chưa lấy làm tin. Rồi họ sang nhà, yêu cầu Hạ làm thơ. Hạ cất bút viết ngay một bài với nhan đề *Cao hiên quá* cơ hồ như đã thuộc sẵn từ hồi nào. Hai người vô cùng kinh ngạc. Từ đó, Hạ nổi tiếng.

"Con người của Hạ gầy yếu; lông mày giao nhau; móng tay dài. Viết chữ thật lẹ.

"Hằng ngày, vào buổi mai, khi mặt trời vừa ló, Hạ cưỡi một con ngựa yếu, theo sau là một tiểu đồng trên lưng xách một túi gấm đã cũ và rách. Hai thầy trò ra khỏi nhà. Mỗi khi làm được một bài thơ, Hạ viết và bỏ vào trong túi; không bao giờ đặt đề trước rồi làm thơ sau như những người khác bị bắt buộc theo sát đề tài của mình. Cho đến tối, trở về nhà mới viết lại thành những bài thơ hoàn bị. Nếu không phải là lúc quá say, hay trường hợp điếu tang, đại khái đời sống hằng ngày của Hạ đều như vậy. Những bài thơ đã làm xong, Hạ cũng ít khi đọc lại. Có lần, mẹ của Hạ sai tỳ nữ lục túi, thấy viết quá nhiều, bà nổi giận: Thằng nhỏ này nếu không ói gan ruột ra tất không chịu thôi.

"Bởi vì cha của Hạ tên là Tấn Túc, nên Hạ không được chấp thuận dự thi Tiến sĩ. Hàn Dũ

---

[1] Hàn Dũ 韓愈 (768-824) tự Thoái Chi 退之, thụy Hiệu Văn 號文 người Hà Dương tỉnh Hà Nam. HT

viết bài *Húy biện*; rốt cuộc, Hạ vẫn không được dự thi.

"Lời của Hạ nặng những lời kỳ ngụy. Những gì Hạ viết đều quá xa xôi, ra hẳn ngoài khuôn thước hàn mặc. Đương thời không ai bắt chước được. Thơ nhạc phủ của Hạ có vài mươi bài; các nhạc công vân thiều đều có đặt chúng vào nhạc huyền quản. Hạ giữ chức Hiệp luật lang. Mất năm 27 tuổi.

"Bọn giao du với Hạ là bọn Quyền Cứ, Dương Kỉnh Chi, Vương Cung Nguyên. Mỗi khi Hạ viết được cái gì, họ đều lấy đi hết. Vả lại, cũng vì Hạ mất quá sớm, nên thi ca ít được lưu truyền ở đời."

Cả *Tân* và *Cựu Đường thư* đều nói rằng Hạ là miêu duệ của Trịnh vương. Bởi vì có đến hai Trịnh vương; một là Trịnh Hiếu vương Lượng, chú của Đường Cao Tổ; và Trịnh vương Nguyên Ý, con thứ 13 của Cao Tổ. Do đó, khó biết chắc Hạ thuộc về nhánh nào.

Thái Bình quảng ký cho biết thêm rằng Hạ, Tấn Túc, là một viên quan nhỏ của một tỉnh lị nào đó; chức biên thượng tùng sự. Tấn Túc còn được tìm thấy trong một bài thơ của Đỗ Phủ (712-720), do đó người ta biết rằng ông là bằng hữu của Lão Đỗ. Hình như ông mất năm Hạ mới lên 8 tuổi.

Bởi vì quê quán của Lý Uyên, Đường Cao Tổ, vốn là quận Thành Kỷ, huyện Lũng Tây, người ta thỉnh thoảng thấy Hạ nhắc đến Lũng Tây, Thành Kỷ như là quê hương của mình: "Lũng Tây Trường Cát tồi đồi khách" (*Trương Đại Triệt sách tặng thi*); hay: "Thích thúc Thành kỷ nhân" (*Xương cốc thi*).

Lũng Tây giáp giới Thiểm Tây ở phía đông, và Tứ Xuyên ở phía tây. Đó là quê hương gốc tích của tôn thất nhà Đường. Lũng Tây hay Thành Kỷ đều nằm trong địa giới của tỉnh Cam Túc ngày nay.

Lũng Tây chỉ là quê hương tổ phụ của Hạ. Sinh quán đích thực của Hạ là Xương Cốc. Nhưng các nhà viết về tiểu sử của Hạ đều chứng tỏ địa danh này rất ít được biết đến, vì không thấy ghi trong các địa lí chí. Do đó, Tăng Ích, đời Minh, cho rằng Lũng Tây và Xương Cốc là một. Điều này không đúng. Bởi Lũng Tây nằm ở phía tây Trường An; và thơ của Hạ mô tả đường đi từ Trường An về Xương Cốc là từ tây về đông. Chẳng hạn, khi ở Trường An nhớ nhà, thơ Hạ nói:

家山遠千里
雲腳天東頭
（崇義裡滯雨）

Gia sơn viễn thiên lí
Vân cước thiên đông đầu.
(*Sùng Nghĩa lý trệ vũ*)

Quê cũ xa nghìn dặm
Chân mây đầu trời đông.

Hoặc khi từ giã Trường An trở về quê, thơ Hạ (*Xuân quy Xương Cốc*) nói:

發軔東門外

Phát nhận đông môn ngoại.

Xe ruổi ngoài cửa đông.

Đại khái, chúng ta biết Xương Cốc thuộc huyện Phước Xương, phủ Hà Nam. Phước Xương, nguyên là huyện Nghi Dương; nhưng vì tại đó có cung Phước Xương, một hành cung ở về phía tây của huyện, được dựng bởi Tuỳ Dạng đế (605-616). Hạ mô tả cảnh hành cung bấy giờ (*Xương Cốc thi*):

...

待駕棲鸞老
故宮椒壁圮
鴻瓏數鈴響
羈臣發涼思

....

Đãi giá thê loan lão
Cố cung tiêu bích bĩ

Hồng lung sổ linh hưởng
Cơ thần phát lương tứ
...

Con chim loan còn đợi mãi xa giá nhà vua đến. Vách phòng tiêu của cố cung đã sụp xuống. Vài tiếng chuông ngân vang; người thần tử trong bước đường lữ thứ bỗng thấy chạnh mối thê lương.

Sự hoang phế trải qua nhiều năm, cảnh vật trở thành những hình thù quái dị. Bài thơ nói tiếp:

陰藤束朱鍵
龍帳著魈魅

Âm đằng thúc chu kiện
Long trướng trước tiêu mị.

Bóng tối của dây leo che kín mặt trời, khoá kín cửa cấm cung màu đỏ. Tấm màn rủ của nhà vua ngày trước nay trở thành loài quỷ tiêu mị, những loại quỷ một chân và bốn chân.

Nơi đó, dư hương của một thời rộn rã vẫn còn phảng phất:

碧錦帖花檉
香衾事殘貴

Bích cẩm thiếp hoa sanh
Hương khâm sự tàn quý.

Những cành liễu quan âm, lâu ngày không ai

chăm sóc, bò leo vào khung cửa sổ, chắp nối vào gấm bích. Chăn hương, đệm gấm, sang cả một thời, chỉ còn lại cái vẻ xác xơ.

Về phía tây nam, cách huyện Phước Xương chừng 34 dặm, có ngọn Nữ Kỷ sơn; một hòn núi trên đó còn lưu lại chiếc ghế của Lan hương thần nữ.

Hạ ca ngợi cảnh trí của Xương Cốc một cách đặc biệt, nên thơ (*Xương Cốc thi*, lược trích):

Vào mùa lúa tháng năm, trên cánh đồng Xương Cốc, những đám lúa xanh, thân lúa nhỏ, chạy dài trên mặt nước bằng phẳng của đồng ruộng. Xa xa, những dãy núi nhấp nhô chồng chất lên nhau, màu xanh thẳm như sự hoang phế từ trời cao đổ sụp xuống mặt đất một cách buồn tẻ:

昌穀五月稻
細青滿平水
遙巒相壓疊
頹綠愁墜地

Xương cốc ngũ nguyệt đạo
Tế thanh mãn bình thuỷ
Dao loan tương áp điệp
Đồi lục sầu truỵ địa.

Cánh đồng rộng, khoảng khoát, trong cơn gió bồng bềnh kiều mị. Mùi thơm từ những khóm tre lan tỏa phủ đầy sự vắng vẻ trầm buồn. Phấn trắng từ những mắt tre tung bay trong màu xanh tươi mát. Từng lớp, rồi từng lớp, chen chúc nhau, đôi khi trông rõ như các hang động, hoặc uốn lượn quanh co. Những cánh hoa màu hồng đã đến thời già cỗi, đang nằm say trên mấy con đường mòn.

Xương Cốc có nhiều khóm trúc, cung cấp thêm nhiều thẻ tre để chép sách, thay những thẻ cũ đã mục.

Tảng đá bên các bờ sông, bờ suối, là nơi người ta thường đến để câu cá. Khe suối uốn cong, dòng nước thành dải lụa cuốn quanh. Tàu lá chuối nghiêng xuống, như tờ giấy chép sách ở đất Thục. Bóng núi sáng tươi, ngời chiếu lên y phục lụa là. Cảnh trời vào lúc xế chiều quét sạch những phiền toái.

Người ta rót chén rượu nhàn cư của Đào Tiềm, chảy nhiều như suối; và thưởng thức đôi mày vòng nguyệt ở nàng ca kỹ của Tạ An.

Tiếng chuông u trầm, từng tiếng, rồi từng tiếng, lan xa. Cánh chim lẻ loi trên cao bay đến. Đá núi phủ đỏ lớp ráng chiều dày. Suối cao chon von thi nhau đổ xuống.

Đại khái, cảnh trí Xương Cốc, trong con mắt của Hạ, rất đẹp và phong tục thuần hậu; đời sống dân cư khá thanh nhàn. Hạ mong muốn suốt đời mình ẩn cư nơi đây, dong thuyền với sông nước.

Quả vậy, đời sống của Hạ ở Xương Cốc, hình như ngoài cái đam mê thi ca, mà cũng chính là đam mê vẻ đẹp kiều mị của cảnh vật, không còn công việc gì khác.

Hạ không có nhiều anh em. Thân mẫu là phu nhân họ Trịnh. Đại tỉ thì làm dâu nhà họ Vương. Một người em trai không rõ tên. Có lẽ Hạ chưa có vợ con gì cả; nếu lời thuật của Thẩm Tử Minh trong bức thư gởi cho Đỗ Mục được suy diễn chính xác. Duy một điều đáng thắc mắc; đó là theo Dao Văn Nhiếp, một nhà chú giải thơ Lý Hạ đời Thanh, thì Hạ sở dĩ yểu vì phóng tính tình dục quá độ. Cố nhiên, đây chỉ là một ức đoán. Ở đây, chúng ta có thể có hai lý do cho sự ức đoán này. Thứ nhất, thơ của Hạ thường chứng tỏ nhiều liên hệ đến các ca kỹ, mà như giải thích của Frodsham, các kỹ nữ đời Đường đòi hỏi khách làng chơi phải dồi dào không những tiền bạc mà còn cả sức khoẻ. Thứ hai, Hạ có thể bị ho lao do kết quả của sự phóng túng tình dục. Hạ mắc bịnh lao cũng là một ức đoán khác. Chứng cớ có thể nói là tóc của Hạ bạc quá sớm, rồi kế đó là khí huyết suy nhược và chỉ mới 24 tuổi mà đã là một cốt bịnh trường kỳ. Tóc bạc và bịnh hoạn là hai ám ảnh lớn nhất trong thơ của Hạ. Ám ảnh này ray rứt kịch liệt đến độ chúng ta khó mà tin rằng chúng chỉ là những ẩn dụ.

Về sự nổi danh quá sớm của Hạ; đa số chỉ là

những truyền thuyết rất khó kiểm chứng. Sự kiện Hàn Dũ và Hoàng Phủ Thực đến thử tài Hạ lúc Hạ mới lên bảy có nhiều điểm khó tin tưởng. Nhất là lời và ý thơ, không dễ gì cho đó là lời của một chú bé.

Ít nhất cũng phải đến khoảng 18 hay 19 tuổi, bấy giờ Hạ mới lần đầu tiên đến ra mắt Hàn Dũ. Theo truyền thuyết của Đường Trương Cố, *U nhàn cổ xuý*, bấy giờ Hàn Dũ đang làm việc tại Quốc tử giám, bác sĩ phân ty. Sau khi tiễn khách ra về, Dũ mệt mỏi; người nhà mang quyển của Hạ đến xin ra mắt. Vì nóng bức và muốn nghỉ ngơi một chút, nên bản ý của Dũ không muốn tiếp. Nhưng vừa dở quyển ra, đọc ngay hai câu đầu, Dũ rất lấy làm kinh dị và tức tốc cho gia nhân ra mời vào. Truyền thuyết này có lý do xác đáng để tin. Bởi vì, năm trước, Hàn Dũ làm Quốc tử giám bác sĩ và mùa thu năm sau đó, niên hiệu Nguyên Hòa thứ hai (807), tức năm Hạ được 18 tuổi, Dũ làm quan tại phân ty Đông Quận. Phước Xương cách Đông Quận không xa, phỏng 150 dặm, và Hạ có thể đi lại dễ dàng.

Bài thơ Hạ mang đến yết kiến Hàn Dũ nguyên là một bài nhạc phủ nhan đề '*Nhạn môn thái thú hành*'. Sự mô tả cảnh tượng xuất quân, lâm chiến của Hạ bằng những hình ảnh rất ly kỳ; và Hàn Dũ bị lôi cuốn ngay bởi hai câu đầu:

黑雲壓城城欲摧
甲光向日金鱗開

Hắc vân áp thành thành dục tồi
Giáp quang hướng nhật kim lân khai.

Mây đen ép thành, thành muốn vỡ
Giáp ánh mặt trời, vàng rực rỡ.

Nhưng, cho đến đời Tống, khi Vương An Thạch đọc đến giai thoại này, cho là Hàn Dũ quá vội vã, mà thơ Hạ không sát lý. Bởi vì, theo An Thạch, lúc mây đen phủ kín lên thành trì ấy, đâu có thể nhìn thấy bóng trăng hay bóng mặt trời. Tuy nhiên, chúng ta biết rằng sự mô tả của thơ chứa nhiều tính cách ẩn dụ và hàm hồ, do đó nhận xét của Vương An Thạch không làm sút giảm giá trị của bài thơ.

Như vậy, Hạ chỉ bắt đầu gặp Hàn Dũ vào lúc 18 tuổi và do đó truyền thuyết nói Hạ làm bài *Cao hiên quá* do yêu cầu của Hàn Dũ và Hoàng Phủ Thực trở thành bất vững. Vả lại, bài thơ này mở đầu bằng lời dẫn của chính tác giả nói: 'Hàn viên ngoại Dũ và Hoàng Phủ ngự sử Thực đến viếng, nhân đó yêu cầu làm thơ.' Hoàng Phủ Thực, cho đến Nguyên Hoà nguyên niên (806) mới đỗ Tiến sĩ và hai năm sau đó mới làm Giám sát ngự sử. Có lẽ Hạ sáng tác *Cao hiên quá* lúc 18 hay 19, sau khi đã quen biết với Hàn Dũ. Bài thơ tỏ bày sự sung sướng được Dũ và Thực đến thăm, và cũng ngụ mong được hai người này tiến dẫn mình trong bước đường tiến thủ về sau. Cố nhiên, nó phải được làm khi Hạ xuống phủ Hà Nam dự thi; một cuộc thi do Hàn Dũ tuyển.

Năm đó, Nguyên Hoà thứ 5 (810), Hạ 21 tuổi; bấy giờ Hàn Dũ đang ngồi ghế Hà Nam lịnh. Hạ đến dự thi, với đề tài về 13 tháng, trong đó có một tháng nhuận; gồm 13 bài thơ. Và Hạ trúng giải hàng đầu.

Mùa đông, cũng năm đó, Hạ lên kinh để dự thi Tiến sĩ. Nhưng bước đường tiến thủ quan trọng này gặp phải trở ngại. Bởi vì cha Hạ tên Tấn, do sự kỵ huý, Hạ bị cản không được dự thi. Mặc dù chữ tấn trong Tấn (進, hay Tiến) sĩ và chữ Tấn (晉 trong Tấn Túc, 晉肅 (tên của cha Hạ), cả hai chỉ đồng âm nhưng tự dạng khác nhau. Hàn Dũ mến tài của Hạ nên tích cực biện hộ. Ông viết bài *Huý biện* 諱辯, cho rằng trường hợp kỵ huý đối với Lý Hạ chỉ là một trường hợp xuyên tạc. Nếu tự dạng khác nhau nhưng vì đồng âm mà vẫn kỵ huý thì trường hợp một người con có cha tên Nhân (仁), trong nghĩa nhân ái chẳng hạn, hẳn người con đó không thể gọi cha mình là một 'người' (人).

Kịch đàm lục 劇談錄 cũng đưa ra một truyền thuyết giải thích cho sự kiện kỵ huý có tính cách xuyên tạc này. Theo đó, người trực tiếp ngăn cản

Lý Hạ chính là Nguyên Chẩn (779-851). Bởi vì, trước kia Nguyên Chẩn vốn đã từng mộ danh Lý Hạ, và đã một lần vì sự mến mộ ấy mà tìm đến thăm. Nhưng bị Hạ từ chối ngay mặt không chịu tiếp, và nói: 'Ngài là một vị minh kinh trạc đệ, đến thăm Hạ mà làm gì?' Nguyên Chẩn vừa thẹn vừa hận. Sự cản trở không cho Lý Hạ dự thi được coi như một hành động trả thù. Truyền thuyết này rất được Dao Văn Nhiếp tin tưởng và giải thích một cách rất có ý nghĩa văn học. Theo Nhiếp, không phải Hạ cố tình ghét bỏ những người xuất thân từ 'minh kinh trạc đệ'[2]; mà Hạ ghét Chẩn vì tài danh của Chẩn cũng như sự thành công hoạn lộ[3] của Chẩn chỉ là do lối thơ tầm thường. Đương thời Nguyên Chẩn và Bạch Cư Dị đều suýt soát nhau về tài và danh, gây ảnh hưởng lớn trong thi ca lúc bấy giờ, tạo thành thể thơ được mệnh danh là thể 'Nguyên Hoà'. Trong khoảng niên hiệu Nguyên Hoà (806-820), thể thơ mà Nguyên và Bạch chủ lãnh thịnh hành đến độ, theo lời của Dao Văn Nhiếp, 'thậm chí mụ già cũng làm được.' Con người có cốt cách và tài năng như Hạ dễ gì chấp nhận theo đường lối ấy.

Giá trị lịch sử của truyền thuyết trên đây không có bảo chứng chắc chắn. Nhưng nó cũng gián

---

[2] 明經擢第, minh kinh trạc đệ, chỉ tầng lớp ưu tú tiến thân từ khoa bảng Nho học lúc bấy giờ. – HT.

[3] 宦路 (hoạn lộ): đường quan lại.

tiếp cho biết thái độ, cũng như vị trí của Lý Hạ đối với thi ca đương thời.

Rốt cuộc, Hạ vẫn không được dự thi; và phải ra về. Nếu chúng ta ý thức được tầm mức quan trọng của cuộc thi này, trong chế độ thi cử đó, tất biết rõ đây là một thất bại vô cùng lớn lao trong cuộc đời của Hạ. Dù không cốt ý làm quan, danh vọng và sự nghiệp văn chương của cả một đời người lệ thuộc hẳn vào một trường hợp trúng đệ hay lạc đệ[4] trong một chế độ thi cử như vậy. Người ta thấy, một người như Mạnh Giao (751-814), chỉ ưa sự cô độc và đam mê làm thơ, không thiết gì đến danh vọng và sự nghiệp, nhưng rồi đến 50 tuổi vẫn đến kinh đô dự thi Tiến sĩ. Dĩ nhiên, hoạn lộ của Mạnh Giao[5] không có cách gì tiến xa được; chỉ có thể làm đến chức Lật dương Huyện uý trong một thời gian ngắn mà thôi.

Do thế, trước sự thất bại trầm trọng này, khi bước ra khỏi thành Trường An để trở về quê cũ, tâm sự của Hạ rất đau đớn. Hạ tự ví mình như những cánh hoa quế giữa đám tuyết rơi. Nếu chúng ta biết Khuất Nguyên[6] cũng thường dùng

---

[4] 中第、及第 (trung đệ, cập đệ): thi đỗ; 落第 (lạc đệ): thi hỏng.

[5] Mạnh Giao 孟郊 (751-814) tự Đông Dã 東野, người Vũ Khang, Hồ Châu. – HT.

[6] Khuất Nguyên 屈原 (khoảng 340-278 TCN) sống vào

hình ảnh tuyết rơi để phiếm chỉ hạng tiểu nhân, thì trong ý nghĩa tự dụ của Hạ cũng hàm sẵn thái độ bi phẫn đối với đời. Hạ cũng tự ví mình như một con quạ bị trúng thương trở về giữa tiếng kêu thảm thiết. Đường trở về trước mắt Hạ bỗng chốc trở thành một con đường lê thê, heo hút. Ra đến quan ải mà còn cảm giác lưu luyến với dòng nước, với ngọn gió từ Trường An thổi đến. Nó nói lên tâm trạng cô đơn giữa sự hờ hững của người đời; duy chỉ cảnh vật, tuy vô tình, nhưng hàm ngụ nhiều ẩn tình kín đáo. Và rồi, Hạ cảm giác, khi về đến nhà, nếu gặp lại bà con lân lý[7], có lẽ phải nuốt khổ và hận mà gật đầu chào hỏi.

雪下桂花稀
啼烏被彈歸
關水乘驢影
秦風帽帶垂
入鄉試萬里
無印自堪悲
卿卿忍相問
鏡中雙淚姿

Tuyết hạ quế hoa hy
Đề ô bị đạn qui
Quan thủy thừa lô ảnh

---

thời Chiến Quốc, người nước Sở. Ông họ Khuất 屈, tên Bình 平, tự là Nguyên 原. – HT.

[7] 鄰里 (lân lý): làng xóm láng giềng.

Tần phong mạo đái thùy
Nhập hương thí vạn lý
Vô ẩn tự kham bi
Khanh khanh nhẫn tương vấn
Kính trung song lệ tư.

Tuyết rơi, hoa quế ít
Quạ kêu mang đạn về
Nước ải, lửa in bóng
Gió Tần, dải mũ bay
Trở lại buồn trắng tay
Nuốt khổ, chào lân lý
Trông gương, lệ chảy dài.

Quả thực, chỉ mới hơn 20 tuổi một chút mà Hạ đã tự thấy lòng mình mục nát, héo úa như chồi lan khô:

我當二十不得意
一心愁謝如枯蘭
（開愁歌）

Ngã đương nhị thập bất đắc ý
Nhất tâm sầu tạ như khô lan.
(*Khai sầu ca*)

Và tự mô tả phong cách của mình, với chiếc áo tả tơi như một con gà xù và ngựa thì gầy như một con chó đói:

衣如飛鶉馬如狗
（開愁歌）

Y như phi thuần mã như cẩu.
(*Khai sầu ca*)

Rồi sau cơn say, tỉnh dậy bưng chén rượu và nhìn vào chén rượu và gọi trời; nhưng mây đen phủ kín cả bầu trời. Ngay giữa ban ngày, trông ra không thấy còn một con đường sáng nào nữa:

壺中喚天雲不開
白晝萬里閑淒迷
（開愁歌）

Hồ trung hoán thiên vân bất khai
Bạch trú vạn lý nhàn thê mê.
(*Khai sầu ca*)

Không mong tiến thủ bằng con đường thi cử, có lẽ Hạ đã quay sang một con đường tiến thủ khác: Chờ đợi một ân trạch của nhà vua, một sự tiến cử nào đó. Cho nên, Hạ tưởng đến thân thế long đong của Chủ Phủ Yển:

主父西游困不歸
家人折斷門前柳
（致酒行）

Chủ Phủ tây du khốn bất quy
Gia nhân chiết đoạn môn tiền liễu.
(*Trí tửu hành*)

Chủ Phủ (?-126 Ttl.) ra đi để tìm người tiến cử, lận đận mãi mà không có ngày về sáng tỏ. Gia nhân chờ đợi, đứng vin cành liễu cho đến lúc liễu gãy hết nhánh vẫn không thôi.

Dù vậy, trong thâm tâm của Hạ vẫn còn một chút hy vọng; biết đâu chẳng là trường hợp của Mã Chu:

吳聞馬周昔作新豐客
天荒地老無人識
空將箋上兩行書
直犯龍顏請恩澤
（致酒行）

Ngô văn Mã Chu tích tác Tân phong khách
Thiên hoang địa lão vô nhân thức
Không tương tiên thượng lưỡng hàng thư
Trực phạm long nhan thỉnh ân trạch.
(*Trí tửu hành*)

Mã Chu (601-648), một lần làm khách trong quán trọ Tân Phong; chủ nhân không thèm để ý đến mà chỉ lo bồi tiếp các tay lái buôn tỏ ra khá giàu sang nhiều tiền bạc. Chu gọi rượu 1 đấu 8 thăng, ngồi tì tì uống hết một mình. Chủ quán rất kinh dị. Rồi Chu đến kinh sư, làm khách xá[8] cho Trung lang tướng Thường Hà, và sau đó được Thái Tông khám phá.

---

[8] 客舍 (khách xá): quán trọ, quán khách; khách nhà quyền quý ở chơi lâu ngày, trọ nơi quán khách.

Cuối cùng, Hạ tự hứa hẹn và nuôi chí:

我有迷魂招不得
雄雞一聲天下白
少年心事當拏雲
誰念幽寒坐嗚呃
(致酒行)

Ngã hữu mê hồn chiêu bất đắc
Hùng kê nhất thanh thiên hạ bạch
Thiếu niên tâm sự đương noa vân
Thuỳ niệm u hàn toạ ô ách.
(*Trí tửu hành*)

Đó là, trong cảnh tối tăm, Hạ cảm giác linh hồn mình đang lạc lối nhưng không ra tìm đường sáng để quay về. Và ngồi thâu đêm cho đến khi nghe tiếng gà trống gáy sáng. Tâm sự của thiếu niên phải cao vút với mây trời, không thể tấm tức và ngậm ngùi giữa sự tịch mịch lạnh lùng như vậy.

Nếu thực tình Hạ mong có một sự tiến cử, thì quả nhiên vào khoảng mùa xuân năm sau, Nguyên Hoà thứ 6 (811), Hạ được triệu vào Trường An cho giữ chức Phụng lễ thái thường. Có lẽ do Hàn Dũ tiến cử.

Theo quan chế nhà Đường, các chức quan từ lục phẩm trở xuống thảy đều phải thi. Các môn thi gồm có, trước hết là 'thơ' tức chữ viết, và 'phán'; kế đó, khảo sát về 'thân' và 'ngôn'. Hạ bỗng dưng được ra làm quan, hiển nhiên người ta tin rằng do 'ân ấm'[9] vì là dòng dõi tôn thất. Nhưng chức quan này quá nhỏ, dù Hạ có hơn người thường một bực, thay vì chỉ ở hàng cửu phẩm thì được ngay bát phẩm.

Nhiệm vụ của Phụng lễ thái thường là chủ trong các cuộc tế tự, triều hội; hướng dẫn bá quan tiến tới, bước lui trong khi hành lễ. Hạ không hài lòng với chức quan nhỏ mọn này; tỏ ra lạnh nhạt, và tự coi như tấm lòng của mình đã mục nát:

長安有男兒
二十心已朽
楞伽堆案前
楚辭繫肘後
（贈陳商）

Trường an hữu nam nhi
Nhị thập tâm dĩ hủ
Lăng Già đôi án tiền
Sở từ hệ trửu hậu.

(*Tặng Trần Thương*)

Trường An có chàng trai
Hai mươi, lòng đã mục
Lăng Già chất trước án
Sở từ đeo sau vai.

Và cảm giác sự nghiệp văn chương, học đòi

---

9 恩廕/蔭 (ân ấm): ân trạch của dòng họ, tổ tiên.

Nghiêu, Thuấn, không khỏi để cho người đời biếm nhẻ:

學為堯舜文
時人責衰偶
（贈陳商）

Học vi Nghiêu Thuấn văn
Thời nhân trách suy ngẫu.
(*Tặng Trần Thương*)

Vả lại trong sự giao tiếp với người đời, thân phận và cốt cách của mình tuy cao ngạo, nhưng rốt cuộc vẫn tiều tụy không khác một con chó bằng rơm:

禮節乃相去
憔悴如芻狗
（贈陳商）

Lễ tiết nãi tương khứ
Tiều tụy như sô cẩu.
(*Tặng Trần Thương*)

Và công việc của một anh chàng Phụng lễ lang chỉ xứng đáng là công việc của bọn tôi tớ không mong gì hơn là hầu hạ để lau bàn, quét bụi:

臣妾氣態間
唯欲承箕帚
（贈陳商）

Thần thiếp khí thái gian
Duy dục thừa cơ trửu.
(*Tặng Trần Thương*)

Hạ tự hỏi: bao giờ trời xanh mở mắt, cho thanh kiếm cổ có dịp gầm tiếng thị uy?

天眼何時開
古劍庸一吼
（贈陳商）

Thiên nhãn hà thời khai
Cổ kiếm dung nhất hống.
(*Tặng Trần Thương*)

Với tâm sự ấy, Hạ ở Trường An nhiều lắm là mấy tháng, đã nhớ Xương Cốc và tỏ vẻ hối hận sự ra làm quan (nhỏ) của mình:

犬書曾去洛
鶴病悔游秦
（始為奉禮憶昌谷山居）

Khuyển thư tằng khứ Lạc
Hạc bịnh hối du Tần.
(*Thuỷ vi Phụng lễ ức Xương Cốc sơn cư*)

Như vậy, cuộc sống ở Trường An của Hạ quá buồn thảm. Những lúc từ quan nha trở về, Hạ đóng cửa và lầm lũi một mình. Cuộc vui rất hiếm, hay không có; ăn thì ngoài cơm gạo hằng ngày, không còn hương vị gì khác lạ; mà thưởng ngoạn thì quanh quẩn cũng chỉ với mấy cây táo:

掃斷馬蹄痕
衙回自閉門
長槍江米熟
小樹棗花春
（始為奉禮憶昌谷山居）

Tảo đoạn mã đề ngân
Nha hồi tự bế môn
Trường sanh giang mễ thục
Tiểu thọ táo hoa xuân.
(*Thuỷ vi Phụng lễ ức Xương Cốc sơn cư*)

Quét sạch dấu chân ngựa
Nhà tư khép cửa không
Vạc dài nấu nếp tẻ
Cây nhỏ hoa táo xuân.

Một lần mắc mưa tại xóm Sùng Nghĩa, Hạ tỏ bày sự thất vọng và vẫn còn dư vị của một giấc mộng phong hầu:

落莫誰家子
來感長安秋
壯年抱羈恨
夢泣生白頭
瘦馬秣敗草
雨沫飄寒溝
南宮古簾暗
濕景傳籤籌
家山遠千里

雲腳天東頭
憂眠枕劍匣
客帳夢封侯
（崇義裡滯雨）

Lạc mạc thùy gia tử?
Lai cảm Trường An thu
Tráng niên bão cơ hận
Mộng khấp sinh bạch đầu
Sấu mã mạt bại thảo
Vũ mạt phiêu hàn câu
Nam cung cổ liêm ám
Thấp cảnh truyền thiêm trù
Gia sơn viễn thiên lý
Vân cước thiên đông đầu
Ưu miên chẩm kiếm hạp
Khách trướng mộng phong hầu.
(*Sùng Nghĩa lý trệ vũ*)

Hốc hác ai đấy ư
Ngậm ngùi Trường An thu
Nửa đời hận cơ lỡ
Đầu bạc khóc trong mơ
Cỏ nát gầy thân ngựa
Bọt hào lạnh cơn mưa
Nam cung rèm cổ tối
Trời ẩm báo sai giờ
Quê cũ xa nghìn dặm
Đường đông chân mây đưa

Mơ màng gối hộp kiếm
Nhà khách mộng phong hầu.

Lầm lũi một thân giữa đất kinh kỳ, Hạ nhớ Xương Cốc; nhớ những ân tình thắm thiết của mẹ, của em:

長安風雨夜
書客夢昌谷
怡怡中堂笑
小弟栽澗綠
家門厚重意
望我飽饑腹
勞勞一寸心
燈花照魚目
(題歸夢)

Trường An phong vũ dạ
Thơ khách mộng Xương Cốc[10]
Di di trung đường tiếu
Tiểu đệ tài giản lục
Gia môn hậu trọng ý
Vọng ngã bão cơ phúc
Lao lao nhất thốn tâm
Đăng hoa chiếu ngư mục
(*Đề quy mộng*)

---

[10] Xương Cốc hay còn gọi Xương Giản 昌澗, Đao Viên Xuyên 刀轅川, quê hương của Lý Hạ, ngày nay thuộc huyện Nghi Dương 宜陽 tỉnh Hà Nam 河南. – HT.

Đó là một đêm mưa gió tại Trường An, Hạ chiêm bao thấy mình trở về Xương Cốc, nói cười nơi nhà giữa; trong khi đó, người em nhỏ đang trồng cỏ lục bên bờ suối. Gia đình lúc nào cũng trông ngóng đến mình, lo lắng đến những sự đói no của mình. Riêng mình thì chỉ một tấc dạ long đong; tỉnh dậy với đôi mắt đẫm lệ ngồi nhìn hoa đèn.

Hạ ở Trường An giữ chức Phụng lễ thái thường không quá ba năm. Cho đến mùa xuân, Nguyên Hoà thứ 8 (813), Hạ lấy cớ bịnh, từ quan trở về.

Khi từ giã, ra khỏi thành Trường An, Hạ gởi lại bài thơ cho bọn Quyền Cừ[11], Dương Kính Chi[12].

草暖雲昏萬里春
宮花拂面送行人
自言漢劍當飛去
何事還車載病身
(出城寄權璩楊敬之)

Thảo noãn vân hôn vạn lý xuân
Cung hoa phất diện tống hành nhân
Tự ngôn Hán kiếm đương phi khứ
Hà sự hoàn xa tải bịnh thân?

---

[11] Quyền Cừ 權璩 (?-?), tự Đại Khuê 大圭, người Lạc Dương 略陽 tỉnh Tần Châu 秦州. – HT.

[12] Dương Kính Chi 楊敬之(?-?), tự Mậu Hiếu 茂孝, tổ tiên ở huyện Hoằng Nông 弘農 tỉnh Quắc Châu 虢州. – HT.

(Xuất thành ký Quyền Cừ Dương Kính Chi)

Cỏ ấm mây mờ xuân vạn dặm;
Hoa cung vuốt mặt tiễn người đi;
Tưởng mình gươm Hán như bay mất,
Còm cõi nào hay chở bịnh về?

Hình như Hạ từ quan vì bịnh thật chứ không chỉ là một cái cớ, mặc dù sự làm quan ấy đối với Hạ không có gì tha thiết lắm. Về nhà được khoảng hơn một ngày, Hạ làm thơ tỏ ý cho em:

別弟三年後
還家一日餘
醁醽今夕酒
緗帙去時書
病骨猶能在
人間底事無
何須問牛馬
抛擲任梟盧
(示弟)

Biệt đệ tam niên hậu
Hoàn gia nhất nhật dư
Lục linh kim tịch[13] tửu
Tương trật khứ thời thư
Bệnh cốt do năng tại
Nhân gian để sự vô

---

[13] Nguyên bản viết chữ 'nhật' 日.

Hà tu vấn ngưu mã
Phao trịch nhiệm kiêu lô.
(*Thị đệ*)

Xa em ba năm rồi,
Một ngày về quá nữa.
Rượu lục linh đêm nay,
Cùng đãy sách ngày cũ.
Cốt bịnh sống là hay,
Chuyện đời như không có.
Bày nhất lục gieo chơi
Hỏi làm chi trâu ngựa.

Có lẽ khi làm bài thơ vịnh Dữu Kiên Ngô[14] trở về từ Cối Kê, Hạ cũng thác ý so sánh với sự trở về Xương Cốc của mình. Lời tựa của chính Hạ viết cho bài thơ đó nói: "Dữu Kiên Ngô, đời Lương, đã từng làm các bài ca theo điệu 'Cung thể dao[15]' để ứng hoạ với Hoàng thái tử. Đến khi thế nước bị chìm nổi, suy vong, Kiên Ngô lánh nạn sang ở Cối Kê. Sau đó, có lẽ trở về nhà. Theo ý tôi, tất có di văn; có điều nay không thấy truyền tụng. Do đó, tôi làm bài '*Hoàn tự Cối Kê ca*' này để bồi đắp vào nỗi buồn của ông." Bài thơ viết:

---

[14] 庾肩吳(478-551) tự Tử Thận 子慎, người huyện Tân Dã 新野 quận Nam Dương 南陽. – HT.

[15] Cung thể 宮體, thể thơ miêu tả đời sống sinh hoạt ở trong cung đình. – HT.

野粉椒壁黃
濕螢滿梁殿
台城應教人
秋衾夢銅輦
吳霜點歸鬢
身與塘蒲晚
脈脈辭金魚
羈臣守迍賤
（還自會稽歌）

Dã phấn tiêu bích[16] hoàng
Thấp huỳnh mãn Lương điện
Đài thành ưng giáo nhân
Thu khâm mộng đồng liễn
Ngô sương điểm qui mấn
Thân dữ đường bồ vãn
Mạch mạch từ kim ngư
Cơ thần thú truân tiện.
(*Hoàn tự Cối Kê ca*)

Vách phòng tiêu bạc màu phấn mốc,
Đom đóm bay đầy khắp trần nhà;
Đài thành một thuở thi thơ,
Xa vàng còn mộng quanh tà áo thu.
Tóc mai về sương Ngô điểm mái,
Thân tàn như cỏ dại bờ đê.
Đăm đăm từ giã kinh kỳ,
Lao đao thần tử miền quê lạc loài.

---

[16] Tiêu bích, cung điện của Hoàng hậu. – HT.

Từ khi trở về Xương Cốc, đời sống của Hạ bây giờ tỏ ra nhiều nhàn rỗi; ngoài sự đọc sách, du ngoạn, không còn sự gì nữa. Sự thanh bạch đó được mô tả là không khác gì với Tư Mã Tương Như khi quay về ở ẩn tại Mậu Lăng, đàn hát và ngắm nhìn Văn Quân. Cũng vì quá bi phẫn về trường hợp bị người đời ruồng rẫy, Hạ cho rằng Tương Như về ẩn cũng vì bị Lương vương và Vũ đế ruồng rẫy, bị ném bỏ không tiếc thương như một cành cây đã gãy ngang; cho đến, sau khi Tương Như chết, nhà vua mới nhận được một di tác của Tương Như và mới thâm cảm cái chân tình của người đã khuất:

長卿懷茂陵
綠草垂石井
彈琴看文君
春風吹鬢影
梁王與武帝
棄之如斷梗
惟留一簡書
金泥泰山頂
(詠懷其一)
Trường khanh[17] hoài Mậu Lăng[18]
Lục thảo thùy thạch tỉnh

[17] Tên tự của Tư Mã Tương Như. - HT.
[18] Sau khi từ quan, Tương Như về sống ở nơi đây. - HT.

Đàn cầm khán Văn Quân[19]
Xuân phong xuy mấn ảnh
Lương vương[20] dữ Vũ đế[21]
Khí chi như đoạn ngạnh
Duy lưu nhất giản thư
Kim nê Thái sơn đảnh
(*Vịnh hoài*, kỳ nhất)

Trường Khanh nhớ Mậu Lăng,
Cỏ biếc ôm giếng đá.
Đàn cầm ngắm Văn Quân,
Gió xuân vờn bóng tóc.
Vũ đế và Lương vương,
Quên lãng như nhánh gãy.
Chỉ lưu một cuộn thơ,
Vùi chôn đỉnh non Thái.

Vào những năm gần cuối đời, một số thi ca của Hạ cho thấy hình như Hạ có trải qua một thời gian dài lưu ngụ tại Lộ Châu.

Lộ Châu, nguyên trước kia, thời chiến quốc, thuộc lãnh địa của nước Triệu. Sau này là huyện Trường Trị, tỉnh Sơn Tây. Từ năm Nguyên Hoà thứ 9 (814), Hy Sỹ Mỹ làm Lộ Châu Tiết độ sứ, và Trương Triệt, bạn thân của Hạ, làm Sơ hiệu Lộ mạc tại đây. Vì Lộ Châu là đất cũ của nhà

---

[19] Trác Văn Quân (175–121 ttl). – HT.
[20] Lương hiếu vương Lưu Vũ (?–144 ttl). – HT.
[21] Hán vũ đế Lưu Triệt (156–87 ttl) Hoàng đế thứ 7 nhà Tây Hán. – HT.

Triệu, cho nên khi Hạ đến lưu ngụ ở đó, có cảm giác mình như một khách xá của Bình Nguyên Quân:

悲滿千里心
日暖南山石
不謁承明廬
老作平原客
(客游)

Bi mãn thiên lí tâm
Nhật noãn Nam sơn thạch
Bất yết Thừa Minh lư
Lão tác Bình Nguyên khách
(*Khách du*)

Buồn lan xa nghìn dặm,
Nắng sưởi đá Nam sơn.
Khách Thừa Minh không tưởng,
Nương mãi Bình Nguyên Quân.

Vả, sự lưu ngụ này cũng gây cho Hạ cảm giác mình vô dụng, vì vô sự; do đó, Hạ tưởng đến Phùng Quán, một thực khách của Mạnh Thường Quân trong thời chiến quốc:

四時別家廟
三年去鄉國
旅歌屢彈鋏
歸問時裂帛
(客游)

Tứ thời biệt gia miếu
Tam niên khứ hương quốc
Lữ ca lũ đàn kiệp
Quy vấn thời liệt bạch.
(*Khách du*)

Bốn mùa lìa đất tổ;
Ba năm biệt quê hương.
Khách trọ vỗ gươm hát,
Ngày về áo vẫn bương.

Vậy thì, hiển nhiên Hạ cũng đã trải qua ba năm làm khách xá của Trương Triệt ở Lộ Châu. Hạ làm gì ở đây mà lâu như vậy? Sau một cuộc rượu, Trương Triệt yêu cầu Hạ làm thơ tặng. Hạ khoa trương con đường sáng của Triệt như một người từ kim mã ngọc đường nơi đây tiến lên thân phận đai vàng thẻ bạc nơi kia. Nhìn lại thân phận mình, thì vẫn chỉ trong dáng dấp hốc hác, tiều tuy; rượu càng tỉnh, càng nhìn rõ chỗ bế tắc trong lòng; áo gai rách nát giữa mùa thu đất Triệu, ngồi ngâm thơ suốt đêm cho đến khi phương đông trắng bạch:

金門石閣知卿有
豸角雞香早晚含
隴西長吉摧頹客
酒闌感覺中區窄
葛衣斷碎趙城秋
吟詩一夜東方白

（酒罷張大徹索贈詩時張初效潞幕）

Kim môn thạch các tri khanh hữu,
Trĩ giác kê hương tảo vãn hàm.
Lũng Tây Trường Cát tồi đồi khách
Tửu lan cảm giác trung khu trách
Cát y đoạn toái Triệu thành thu
Ngâm thi nhất dạ đông phương bạch.
(*Tửu bãi, Trương Đại Triệt sách tặng thi;thời Trương sơ hiệu Lộ mạc*)

Trong lúc ở trọ với Triệt, nhân gặp giang sứ, Hạ gởi thơ cho người anh họ, cũng không che giấu được tâm sự uất hận của mình:

秋至昭關後
當知趙國寒
系書隨短羽
寫恨破長箋

Thu chí Chiêu quan hậu
Đương tri Triệu quốc hàn
Hệ thư tuỳ đoản vũ
Tả hận phá trường tiên.

Khi mùa thu đến Chiêu quan, nơi anh họ của Hạ làm việc, thì tại nước Triệu, nơi Hạ đang lưu ngụ, trời đã trở lạnh. Thơ tín gởi buộc theo cánh chim; những dòng chữ uất hận chép rách tờ thơ. Bài thơ cũng cho biết lúc này Hạ vẫn là một con người bịnh hoạn; và Lộ Châu đang ở trong tình trạng huy động binh mã dưới quyền chủ lãnh của Hy Sỹ Mỹ chống lại sự phản loạn của phiên trấn. Chén rượu lữ thứ soi mòn phế phủ, khúc ca ly hương chập chờn trên những sợi đàn chùng; bài thơ gói kín hai hàng lệ, như sương nặng làm gãy một cành lan:

旅酒侵愁肺
離歌繞懦弦
詩封兩條淚
露折一枝蘭
（潞州張大宅病酒遇江使寄上十四兄）

Lữ tửu xâm sầu phế
Ly ca nhiễu nọa huyền
Thi phong lưỡng điều lệ
Lộ chiết nhất chi lan
(*Lộ Châu, Trương Đại trạch, bịnh, tửu, ngộ giang sứ, ký thượng Thập tứ huynh*)

Hạ từ chức Phụng lễ lang và trở về Xương Cốc vào mùa xuân, Nguyên Hoà thứ 8 (813). Mùa đông năm đó có thể trở lại Trường An một lần nữa, và có ghé thăm Hoàng Phủ Thực, để lại một bài thơ. Bài *Khách du* được dẫn ở trên nói Hạ đã ba lần làm thực khách xa nhà nơi Lộ Châu, chứng tỏ rằng nó là bài thơ được làm vào năm cuối đời của Hạ. Sau đó không lâu, tức

Nguyên Hoà thứ 11 (815), Hạ trở về Xương Cốc và mất tại đó.

Lý Thương Ẩn[22] viết *Lý Trường Cát tiểu truyện* chép giây phút cuối cùng của Hạ như sau:

"Trường Cát lúc gần chết, bỗng thấy một người vận áo lụa đỏ, cưỡi con xích cù, cầm một tấm bảng gỗ, trong đó tuồng như viết chữ triện thời thái cổ hoặc tịch lịch thạch văn, nói: 'Đến đòi Trường Cát'. Trường Cát hoàn toàn không thể đọc được; vội vã bước xuống giường cúi đầu nói: 'A di đã già lại bịnh; Hạ không muốn đi.' Người vận áo lụa đỏ cười và bảo: 'Đế vừa làm xong lầu Bạch ngọc nên cho triệu ngay ngài lên để viết bài ký. Trên trời chỉ có vui chứ không có khổ đâu.' Trường Cát đứng khóc một mình; những người gần đó đều thấy hết. Giây lát, Hạ dứt hơi. Trong khung cửa sổ, nơi Hạ thường ngồi, có khói bốc cuồn cuộn, nghe có tiếng xe đi và sáo thổi. Thái phu nhân vội cản không cho mọi người khóc. Đợi một thời gian phỏng độ thổi chín nồi cơm năm đấu thì Trường Cát đi hẳn. Vương Thị, chị của Hạ không thể bịa ra chuyện này được, mà chính là thấy sự thật như vậy."

Ý Thương Ẩn muốn nói, giai thoại ly kỳ về lầu

---

[22] Lý Thương Ẩn 李商隱 (813–858), tự Nghĩa Sơn 義山, hiệu Ngọc Khê Sinh 玉谿生, Phàn Nam Sinh 樊南生, người huyện Hà Nội tỉnh Hoài Châu. – HT.

Bạch ngọc trên Thượng giới và Lý Hạ được kể lại do chính đại tỷ của Hạ; và cũng theo ý đó, mẹ và chị của Hạ không phải là những người có đủ trí tưởng tượng để tạo cho Hạ một câu chuyện huyền thoại hoang đường như vậy. Bởi vì, một cách nào đó, câu chuyện này gây cho chúng ta cảm tưởng rằng, người đời ruồng rẫy Lý Hạ, không khám phá nổi chân tài của Hạ; duy chỉ có đức Thượng đế trên cao kia mới nhìn thấy mà thôi. Do đó, Thương Ẩn viết tiếp những dòng ngậm ngùi than thở:

"Hỡi ôi! Trời xanh cao vợi kia, trên đó quả có đức Thượng đế chăng? Và quả có vườn tược, cung thất, quán các để mà thưởng ngoạn chăng? Nếu tin được là có, thì cái cao mạo của trời và vẻ tôn nghiêm của đức Thượng đế hẳn có nhân vật văn thái hơn cõi đời này. Thế sao khăng khăng quyết đòi cho được Trường Cát, khiến cho không thể thọ?

"Ôi! Cái mà người đời nói là tài và kỳ, há riêng gì trên cõi đời này quá hiếm; cho đến, trên trời cũng chẳng có nhiều vậy thôi. Trường Cát sống ở đời được 27 năm, chức vị không quá Phụng lễ thái thường, mà người đời lại hay chối bỏ, ruồng rẫy. Thế thì, há không phải rằng con người vừa tài vừa kỳ chỉ riêng đức Thượng đế mới biết trọng, còn đời ngược lại không biết trọng đó ư? Vả, há rằng cái thấy của người đời mà lại hơn được của đức thượng đế hay sao?"

Thái Bình quảng ký lại còn kể thêm, sau cái chết của Hạ:

"Sau khi Hạ chết, phu nhân buồn bã không dứt được. Một đêm, mộng thấy Hạ, y như hồi còn sống, thưa rằng:

"Con may mắn được làm con của phu nhân; mà sự tưởng nhớ của phu nhân đối với con quá sâu đậm. Cho nên, từ nhỏ đã vâng mệnh cha, hay thi thơ, khéo văn chương. Sở dĩ như vậy, không phải chỉ để cầu một chức vị, trang điểm cho mình; vả, vì muốn làm lớn cho giòng họ, trên hết để báo đáp ân đức của phu nhân. Nào hay, bất kỳ thác sớm, không được thờ phụng sớm hôm; há không phải là do trời đấy sao? Tuy nhiên, con dù đã chết, mà thực không phải chết. Đó chỉ là vâng mệnh đức Thượng đế.

"Phu nhân hỏi thăm về việc ấy; Hạ nói:

"Thượng đế ở trên cõi của thần tiên; mới đây, ngài dời đô về Nguyệt Phố, xây cung mới, đặt tên là 'Bạch Dao'. Vì ngài cho rằng con điêu luyện văn từ nên triệu lên, cùng với một vài văn nhân ở đó, làm bài '*Tân cung ký*'. Đế lại dựng điện Ngưng Hư; sai bọn con soạn các nhạc chương. Nay con là bậc thần tiên, ở trên đó rất vui vẻ; mong phu nhân đừng lo nghĩ đến nữa.

“Nói xong, từ giã mà đi. Phu nhân tỉnh dậy, rất lấy làm lạ về giấc mộng. Từ đó, nỗi bi ai cũng vơi bớt.”

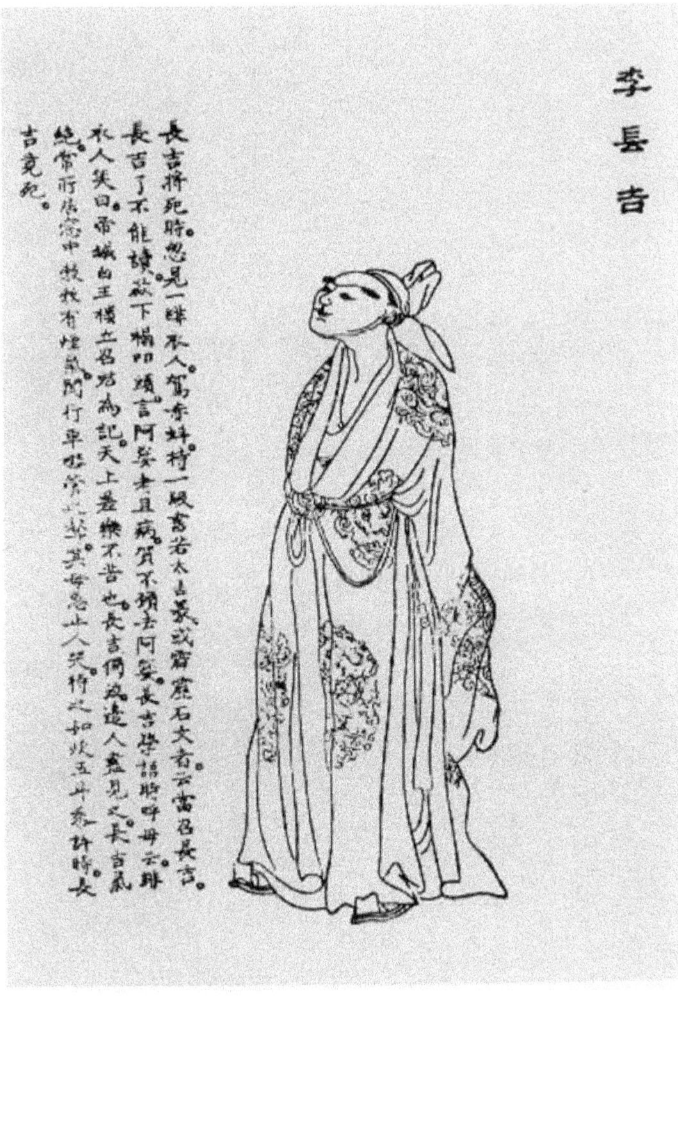
李長吉
長吉將死時。忽見一緋衣人。駕赤虬。持一版書若太古篆或霹靂石文者。云當召長吉。
長吉了不能讀。欻下榻叩頭言。阿㜷老且病。賀不願去。阿㜷。長吉學語時呼母云。緋
衣人笑曰。帝城白玉樓立召君為記。天上差樂不苦也。長吉獨泣。邊人盡見之。長吉氣
絕。常所居窗中勃勃有煙氣。聞行車嘒管之聲。其母急止人哭。待之如炊五斗黍許時。長
吉竟死。

Phụ lục 1

BÀI TỰA CỦA ĐỖ MỤC VỀ LÝ TRƯỜNG CÁT CA THI

"Niên hiệu Thái Hòa thứ 5 (831), tháng 10, vào lúc nửa đêm, bỗng nghe trước nhà có tiếng gấp rút gọi của đứa đưa thơ. Mục tôi cho tất có sự kỳ lạ chi đây, nên vội mang nến đi ra. Quả nhiên là Thẩm công tử, bấy giờ đang là Tập hiền học sĩ, gởi đến tôi một bức thư như sau:

"Suốt trong niên hiệu Nguyên Hòa, bạn quá cố Lý Hạ của tôi và tôi kết nghĩa tương đắc rất hậu; ngày và tối cùng đi, cùng ở, cùng ăn, cùng uống. Khi Hạ chết, có trao lại cho tôi những ca thi được làm trong suốt một đời, chia thành 4 tập, kể có 233 bài. Trong những năm trở lại đây, tôi xuôi ngược đông tây, mà những bài thơ đó tưởng gần như mất hết. Tối nay, sau cơn say tỉnh dậy, không ngủ được, mới xem xét và xếp dọn lại rương hòm. Chợt thấy các tập thơ mà Hạ đã trao cho, khiến tôi nhớ lại những chuyện đã qua, cùng Hạ trò chuyện, ngao du; mỗi chỗ, mỗi mùa, mỗi ngày, mỗi đêm, từ một cốc rượu cho đến một miếng ăn hiện rõ sờ sờ không sót mảy may. Bất giác rơi lụy.

“Hạ lại không có gia thất, con cái, để tôi có thể cấp dưỡng, vỗ về. Thường tiếc nuối, nhớ tưởng người xưa, chỉ còn biết ngâm vịnh lời thơ của người mà thôi.

“Thầy đãi tôi rất hậu. Mong thầy viết hộ tôi bài tựa cho thi tập của Hạ; nói hết gốc gác của nó, và tỏ bày đôi chút cái ý của tôi.

“Đêm đó, tôi không thể phúc ngay, nói là không thể viết được; mà hẹn ngày mai sẽ gặp công tử, từ tạ và nói rằng người đời bảo tài của Hạ vượt hẳn những bậc đi trước.

“Vài hôm sau đó Mục tôi suy nghĩ sâu xa về công tử rằng:

Công tử đối với thi chẳng những đã thâm diệu và kỳ bác, mà lại còn biết rõ sở trường và sở đoản của Hạ. Nếu chính công tử viết tựa, thì nhất định không ai hơn được. Còn Mục tôi, quả tình không thể đương nổi. Không rõ ý công tử ra sao? Do đó, lại đến từ tạ, và hết sức nói lý do không dám viết tựa cho Hạ.

Công tử bảo: ‘Nếu thầy có từ chối như vậy; ấy là thầy khinh thường tôi đó.

“Mục tôi vì thế không dám từ chối nữa; cố gắng viết tựa cho Hạ. Nhưng cuối cùng vẫn rất lấy làm thẹn.

"Hạ dòng dõi tôn thất nhà Đường, tự Trường Cát. Trong niên hiệu Nguyên Hòa, Hàn Lại Bộ cũng đã có nói về thi ca của Hạ rằng:

'Mây và khói liên miên cũng không đủ để nói hết cái (phong) thái của nó; nước trôi lững lờ không đủ để nói hết cái tình của nó; màu xuân ngất ngất không đủ để nói hết cái hòa của nó; mùa thu sáng và trong không đủ để nói hết cái (cốt) cách của nó; cột buồm lộng gió và vó ngựa chiến trường không đủ để nói hết cái dũng của nó; hòm đá, đỉnh triện không đủ để nói hết cái cổ của nó; hoa mùa và mỹ nữ không đủ để nói hết cái sắc của nó; cố quốc hoang lương, điện đài hư sụp, ngọn ngô gãy, và gò nông, không đủ để nói hết cái oán hận và bi sầu của nó; cá kình đớp bóng, cá ngạy nhảy vọt, quỷ trâu, thần rắn, không đủ để nói hết cái hư đản, hoang huyên của nó.'

"Ấy là vì, Hạ là miêu duệ của *Ly tao* vậy. Lý tuy không bằng *Ly tao*, nhưng lời thì có thể vượt hơn. *Ly tao* có sự cảm oán, chỉ trích, nói đến cái lý và cái loạn của quân thần; thường là để kích phát cái ý của người. Đó là chỗ mà Hạ không có được. Nhưng Hạ hay dò tìm sự trước cho nên than hận cổ kim một cách sâu xa. Đó là con đường chưa từng có ai biết đến. Như bài *Kim đồng tiên nhân từ Hán ca*, bài *Bổ túc cung thể dao của Lương Dữu Kiên Ngô*; Hạ đã mô tả được tình trạng của xưa, mà vượt ra xa hẳn ngoài lối mòn của bút mực; đó cũng là điều khó có ai thấu triệt nổi.

"Hạ sống đời được 27 tuổi thì chết. Đời đều nói rằng giả sử Hạ chưa chết để thêm vào một chút Lý cho thi ca của mình, thì bọn chúng ta có thể gọi thơ của Hạ là *Ly tao* được vậy.

"Kể có 15 năm sau khi Hạ mất, người ở đất Kinh Triệu, Đỗ Mục, viết bài tựa này."

李長吉像

Sự huyễn hoặc của ngôn ngữ

1

Trong bóng của những tia nắng vàng nhạt của buổi chiều, nhà thơ có thể đã cảm giác một khoảng trống nào đó đang soi mòn trong tim, đang làm hao gầy tuổi thọ. Rồi bất giác nhìn lên, hư không vô biên kia cũng đã bị soi mòn thành một khoảng trống, của hư vô hủy diệt hay của sự sinh hóa bất tận. Thì ra, tạo vật được sáng thủy trong sự bất toàn của nó. Từ thời hỗn mang, bà Nữ Oa luyện đá vá trời, lấp khoảng trống bất toàn cho tạo vật được che phủ, được ôm ấp trong cái chân tình chắp vá của cái gọi là 'thiên địa chi tâm', bao la và vĩnh cửu kia. *Kinh Dịch* nói: "Thiên hành kiện, quân tử tự cường nhi bất tức, 天行健君子自強而不息"[23]. Đạo của trời là con đường của vĩnh cửu. Nói thế, nhưng sự phấn đấu của con người, kiên trì và dũng mãnh, liên tục không gián đoạn, cương trực, không hối cải, để cuối cùng đạt đến Đạo vĩnh cửu của sự bất toàn kia; ý không phải là sự phấn đấu kỳ cùng cho sự thất bại tuyệt đối đó sao? Vả lại, *Văn tâm điêu long* nói: "Văn chi vi đức dã đại hỉ, dữ thiên địa tịnh sinh giả hà tai 文

[23] Dịch, quẻ Càn, Đại tượng truyện.

之為德也大矣與天地並生者何哉."[24] Đức lý hay tính thể của Văn là tính thể của trời đất; cũng bao la hoằng vĩ như trời đất. Văn làm tâm, và đó là 'thiên địa chi tâm': một tấm lòng của trời đất. Thế nhưng, tâm của con người là mộ huyệt lấp kín những đau khổ khốn cùng. So với thiên địa chi tâm, cũng đồng là tính thể bất toàn như nhau. Vì sao? Vì thơ của Hạ nói:

女媧練石補天處
石破天驚逗秋雨

Nữ Oa luyện thạch bổ thiên xứ
Thạch phá thiên kinh đậu thu vũ.[25]

Khoảng Nữ Oa luyện đá vá trời,
Đá vỡ, trời kinh, đọng mưa thu.

Chỗ tận cùng mà tâm người đạt đến, nơi đó là sự sụp đổ và hủy hoại. Nói như thế, quả có đôi chút ngông cuồng và trào lộng; vì đã lên tiếng ruồng rẫy chân tình hoằng vĩ của thiên địa chi tâm. Và cũng có ý cướp quyền tạo hóa. Cho nên, mới có lời phê bình của Châu Ích Công, về phong cách và định mệnh của Hạ: "Người xưa nói, thơ hay làm khốn quẫn con người. Lại còn nói, nào phải chỉ làm khốn quẫn mà thôi; thơ có lúc giết người nữa. Đẽo gọt gan ruột đã là trái với thuật dưỡng sinh. Mà trào lộng vạn tượng đâu phải là điều

---

[24] *Văn tâm điêu long*, "Nguyên đạo luận".
[25] Trong bài "Lý Bằng không hầu dẫn".

được tạo vật tán đồng. Quả nhiên, Lý Hạ không thể sống lâu nổi."[26]

Cười cợt phong trần là cốt cách của một lãng tử; phung phí sức sống trong những cuộc phiêu lưu vô định. Hạ không phải là cốt cách đó. Nhưng trào lộng vạn tượng thì chẳng khác nào đã ruồng rẫy đức hiếu sinh của tạo hóa. Cũng một ý tưởng đó, khi Thẩm Đức Tiềm[27] nói về dấu hiệu của mạng sống quá ngắn trong thơ của Hạ. Bởi vì, Thẩm Đức Tiềm nói: "Cái đa tình là Trời, lấy tất cả tạo vật làm tâm của mình. Nhưng Hạ đã coi Trời như là cái vô tình để viết ra sự phẫn nộ bất bình trong lòng; thế thì, sự vắn vỏi của tuổi thọ đã được báo hiệu ở nơi đây."

'Ở nơi đây' tức ở một câu trong bài thơ Hạ mô tả bức tượng đồng từ giã cung điện nhà Hán: *Kim đồng tiên nhân từ Hán ca.* Nó chỉ là một bài thơ vịnh sử. Biến cố trong thơ xảy ra cách thời đại của Hạ trên năm thế kỷ; nhưng tình cảm của Hạ đối với vật vô tri vẫn nồng nàn, tha thiết. Hạ viết

---

[26] 昔人謂詩能窮人, 或謂非止窮人, 有時而殺人. 蓋雕琢肝腸, 已乖衛生之術; 嘲弄萬象, 亦豈造物之所樂哉? 唐李賀, 本朝邢居實之不壽, 殆以此也. 周益公: 平園續稿.

[27] Thẩm Đức Tiềm 沈德潛 (1673–1769) tự Nghiêu Sĩ 碻士 hiệu Quy Ngu 歸愚, người Trường Châu huyện Giang Tô, sống vào thời nhà Thanh, niên hiệu Càn Long làm quan đến chức Đại học sĩ kiêm Lễ bộ Thị lang.–HT.

lời tựa cho bài thơ để dẫn giải gốc tích: "Ngụy Minh đế, Thanh Long nguyên niên (233), tháng 8, chiếu sai cung quan kéo xa về phía tây lấy bức tượng tiên nhân bưng mâm hứng sương của Hán Vũ đế (trị 141-87 Ttl.) đem về dựng trước điện. Sau khi cung quan đã dời tượng xuống, vào lúc chở đi, tượng ngậm ngùi rơi lệ. Do đó, Đường chư vương tôn Lý Trường Cát làm bài ca Kim đồng tiên nhân từ giã cung điện nhà Hán này."

Truyền thuyết hoang đường cố nhiên không cần dữ kiện lịch sử xác thực. Nhưng Hạ yêu thích nó, mà tình tự bi thương ai oán được diễn dịch thành dấu hiệu của định mệnh:

茂陵劉郎秋風客
夜聞馬嘶曉無跡
畫欄桂樹懸秋香
三十六宮土花碧
魏官牽車指千里
東關酸風射眸子
空將漢月出宮門
憶君清淚如鉛水
衰蘭送客咸陽道
天若有情天亦老
攜盤獨出月荒涼
渭城已遠波聲小
(金銅仙人辭漢歌)

Mậu lăng Lưu lang thu phong khách
Dạ văn mã tê hiểu vô tích
Họa lan quế thọ huyền thu hương
Tam thập lục cung thổ hoa bích.
Ngụy quan khiên xa chỉ thiên lý
Đông quan toan phong xạ mâu tử
Không tương Hán nguyệt xuất cung môn
Ức quân thanh lệ như duyên thủy
Suy lan tống khách Hàm Dương đạo
Thiên nhược hữu tình thiên diệc lão
Huề bàn độc xuất nguyệt hoang lương
Vị thành dĩ viễn ba thanh tiểu.
(*Kim Đồng tiên nhân từ Hán ca*)

Khách gió thu, chàng Lưu nơi cổ mộ[28]*;*
Ngựa kêu đêm, bặt dấu buổi mai về.
Hương thu, đầu hình lan nọ, quế kia;
Cung điện đây[29] *đã biếc màu rêu phủ*[30]*.*

---

[28] Nguyên Hán: *Mậu lăng Lưu lang*. Hán Vũ đế, họ Lưu, chết chôn nơi Mậu lăng, nên Lý Hạ gọi ông là "Gã họ Lưu nơi Mậu lăng." Vũ đế cũng làm bài thơ nhan đề "Thu phong từ", nên Hạ gọi ông là "khách gió thu". Ông mất khí tượng đế vương dưới con mắt Lý Hạ.
[29] Nguyên Hán: *tam thập lục cung*. Hán, Trương Hành, "Tây kinh phú" tả Trường An có những Ly cung, Biệt quán, gồm 36 sở.
[30] Nguyên Hán: *thổ hoa bích*, 'hoa đất có màu biếc', chỉ

Quan nhà Ngụy kéo xa nghìn dặm chỉ;
Từ thành đông làn gió bắn mắt cay.
Ra cửa cung nhìn trăng Hán còn đây;
Bởi thương nhớ[31] *giấm chua tuôn giòng lệ.*
Đường Hàm Dương cụm lan gầy tiễn khách[32]*;*
Trời hữu tình, trời hẳn phải già thôi.
Tay bưng mâm, trăng lẻ bóng ngậm ngùi;
Sóng sông Vị nghe xa dần biền biệt.

'Chàng Lưu' và 'khách gió thu' trong thơ đều chỉ Hán Vũ đế, người dựng tượng đồng hứng sương để luyện thuốc trường sinh bất tử. Nhà Hán dấy nghiệp bởi Lưu Bang, từ năm 206 trước Tây lịch. Sau năm năm phá Tần, diệt Sở, lập nên cơ nghiệp đế vương; đến Vũ đế là đời vua thứ sáu. Vương Kỳ nhận xét: Bậc đế chúa tiền triều mà gọi là 'Chàng Lưu' là sự thiếu suy xét của Lý Trường Cát. Hạ lại gọi Hán Vũ đế là 'khách gió thu', theo Ngô Chính Tử, bởi vì nhà vua từng sáng tác bài thơ '*Thu phong từ*.' Vương Kỳ không đồng ý giải thích này. Theo Vương Kỳ, đời sống con người chẳng được bao lâu; dù có kéo dài được một chút, cũng chẳng khác nào

---

rêu xanh.

31 Nguyên Hán: *ức quân*, nói 'nhớ chàng,' tức nhớ vua Hán.

32 *Khách*, chỉ tượng đồng.

như một lữ khách qua đường trong cơn gió thu. Do đó, gọi là 'khách gió thu'. Khách qua đường trong cơn gió thu là hình ảnh của một con người lưu lãng phong trần. Nhà vua mà được tặng cho mấy chữ 'khách gió thu' thì còn chi là phong độ đế vương. Cho nên, lại nhận xét của Vương Kỳ, đây cũng là một sự thiếu suy xét nữa của Trường Cát.

Hán Vũ đế chết, thi hài vùi lấp nơi Mậu Lăng, nhưng linh hồn của nhà vua đêm đêm vẫn ruổi ngựa về thăm tượng đồng và cung điện. Tối thì hiện hồn về, và sáng mai thì mất hết dấu vết. Ba mươi sáu cung điện vàng son, hương mùa thu thấp thoáng trên cành quế, chồi lan, mơ hồ trong lớp rong rêu xanh biếc. Hồn người chết vẫn còn quá nhiều ai oán, không dễ gì tiêu tan được. Nhưng cuộc đời dâu biển, triều đại đã đổi thay, bức tượng đồng cũng phải lên xe từ biệt. Nhưng mặt trăng ấy vẫn chung tình qua bao nhiêu năm tháng. Và cụm lan gầy rầu rĩ tiễn người đi. '*Thiên nhược hữu tình thiên diệc lão*'. Tất cả bi thương và phẫn nộ của Hạ cô đọng trong một câu thơ này. Một câu thơ của định mệnh. Tuy nhiên, lời phê bình ấy không thể không mang một thành kiến. Lão Tử cũng từng nói: "Trời đất bất nhân…"[33] mà chưa hề được gán vào đó một định mệnh nào cả.

---

[33] *Lão Tử Đạo Đức Kinh*, chương Hư dụng thứ 5: 天地

Hình ảnh trong bài thơ trên đây không chỉ là những biểu tượng huyễn hoặc, hoang đường. Tâm hồn của Hạ chừng như là một cổ mộ vùi lấp, chôn kín những tình tự bi thương hoặc uất hận. Cho nên, 'trào lộng vạn tượng…, đẽo gọt gan ruột…' nhất định là những lời mô tả phong cách thi ca của Hạ rất xác thiết. Thơ Hạ mà được gọi là thơ của quỷ, chính vì phong cách đó. Nó làm nên định mệnh của Hạ. Hơn thế nữa, trong sâu xa thơ Hạ còn là ám ảnh của tuổi già và sự chết. Hoặc chính ám ảnh đó làm nên định mệnh; hoặc ngược lại, trực giác về định mệnh tạo ra ám ảnh đó cho Lý Hạ. Ngày qua mau, ánh sáng vun vút, *Khổ trú đoản* hiển nhiên là một bài thơ vừa xót xa vừa trào lộng:

飛光飛光
勸爾一杯酒
吾不識青天高黃地厚
惟見月寒日暖來煎人壽
食熊則肥
食蛙則瘦
神君何在
太一安有
天東有若木
下置啣燭龍
吾將斬龍足

不仁萬物為芻狗. – HT.

嚼龍肉
使之朝不得回
夜不得伏
自然老者不死
少者不哭
何為服黃金
吞白玉？
誰是[34]任公子
雲中騎白驢
劉徹茂陵多滯骨
嬴政梓棺費鮑魚
（苦晝短）

Phi quang – phi quang
Khuyến nhĩ nhất bôi tửu
Ngô bất thức thanh thiên cao hoàng địa hậu
Duy kiến nguyệt hàn nhật noãn lai tiễn nhân thọ
Thực hùng tắc phì
Thực oa tắc sấu
Thần Quân hà tại?
Thái Nhất an hữu?
Thiên đông hữu nhược mộc
Hạ trí hàm chúc long
Ngô tương trảm long túc
Tước long nhục

[34] Có bản chép 是. – HT.

Sử chi triêu bất đắc hồi
Dạ bất đắc phục
Tự nhiên lão giả bất tử
Thiếu giả bất khốc
Hà vi phục hoàng kim
Thôn bạch ngọc
Thùy thị Nhiệm công tử
Vân trung kỵ bạch lô
Lưu Triệt Mậu Lăng đa trệ cốt
Doanh Chính tử quan phí bào ngư.
(*Khổ trú đoản*)

Nắng bay – nắng bay!
Mời mi một chén rượu.
Ta chẳng biết trời cao hay đất dày
Chỉ thấy trăng lạnh và trời nóng
nướng chín tuổi thọ con người.
Ăn thịt gấu thì mập
Ăn thịt cóc thì gầy.[35]
Thần Quân ở đâu?
Thái Nhất[36] *nào có?*
Trời đông có nhược mộc[37]

---

[35] Nhà giàu ăn chân gấu. Nhà nghèo ăn cóc nhái.
[36] Tên gọi Thiên Đế. – HT.
[37] Theo truyền thuyết vào thời cổ, khi mặt trời xuất hiện ở phương đông mọc lên cây thần gọi là phù tang, lúc mặt trời lặn ở phương tây phía đó liền sinh ra cây nhược mộc. Lại theo Vương Dật 王逸 (89-158) thời Đông Hán chú; cây nhược mộc sống ở phía cực tây dãy núi Côn Lôn hoa nó chiếu xuống đất. – HT.

Dưới đặt rồng ngậm đuốc[38].
Ta sẽ chặt chân rồng
Lóc thịt rồng
Khiến cho buổi sáng không thể về
Buổi tối không thể núp
Tự nhiên người già không chết
Người trẻ không khóc
Cần gì phải uống hoàng kim
Nuốt bạch ngọc
Ai là Nhiệm công tử[39]
Cưỡi lừa trắng trong mây
Lưu Triệt trơ xương nơi Mậu lăng
Doanh Chính đầy hòm tốn cá ươn.

Phong cách của bài thơ là phong cách ảnh hưởng của *Sở từ thiên vấn.* Những biểu tượng trong thơ cũng là những biểu tượng của *Sở từ*, hoặc *Thiên vấn*, hoặc *Cửu ca*. Khuất Nguyên đau khổ vì tấm lòng trung của mình không được biết đến, bơ vơ trong núi rừng; nhìn thấy những hình vẽ về trời đất, núi sông, kỳ vĩ và ngụy quyệt, nơi miếu của các tiên vương hay từ đường của các công khanh. Mệt mỏi và rã rời, ngồi nhìn những bức họa trên

---

[38] Hàm chúc long 銜燭龍 theo Vương Dật về phía tây bắc có đất nước tối tăm không ánh mặt trời, có rồng thần thường ngậm ngọn đuốc mà chơi, ngọn đuốc chiếu sáng cả nước ấy. – HT.

[39] Nhiệm công tử hay còn gọi là Nhiệm công, Nhiệm phụ, một nhân vật trong truyền thuyết, ông rất giỏi câu cá, sau đắc đạo thành tiên cưỡi lừa mà bay lên trời. – HT.

vách, Khuất Nguyên lên giọng cay đắng hỏi trời, để phát tiết bi phẫn trong lòng. Hạ đau khổ và ám ảnh trước đời sống mong manh, cũng lên giọng cay đắng mà hỏi thời gian.

Thế nhưng, bi phẫn của Khuất Nguyên là do cảnh ngộ thực tế phũ phàng. Ám ảnh của Hạ, một cách nào đó, chỉ là mộng tưởng hão huyền. Những biểu tượng của *Sở từ,* dù cũng xa xôi, siêu thực, vẫn dễ dàng thấy tính chất thiết thực của chúng. Trái lại, trong thơ của Hạ, chúng hoàn toàn được coi như chỉ là những hình ảnh hoang đường, không ngụ ý thực tế. Trên khía cạnh nhận xét này, thơ của Hạ hiển nhiên bộc lộ tính chất huyễn hoặc của ngôn ngữ.

Không phải riêng Hạ mới có ám ảnh về thời gian để làm thành định mệnh của mình. Nơi Lý Bạch, ám ảnh ấy vẫn tỏ ra vô cùng thống thiết:

生者為過客
死者為歸人
天地一逆旅
同悲萬古塵
(李白)

Sinh giả vi quá khách
Tử giả vi qui nhân
Thiên địa nhất nghịch lữ
Đồng bi vạn cổ trần.
(Lý Bạch)

Sống chỉ là khách qua đường. Chết mới thực sự là một lữ khách hồi hương. Trời đất chỉ là một quán trọ, và con người chỉ là một hạt bụi lăn lóc.

Tuy nhiên, khác với Hạ, ám ảnh ấy tạo cho thơ của Lý Bạch một phong vận thần tiên tiêu sái. Cùng bưng một chén rượu để tiêu pha sức mạnh của vô thường, mà Lý Bạch thì uống giữa cái mênh mông vô tận của trời đất; còn Lý Hạ thì uống với những hồn ma, chết mà vẫn còn nhiều tiếc thương, uất hận và ganh tức với người sống. Phong cách dị biệt giữa hai nhà thơ, một tiên và một quỷ, rất dễ nhận thấy trong cùng một điệu thơ nhạc phủ '*Tương tiến tửu*'.

Thơ của Lý Bạch:

君不見
黃河之水天上來
奔流到海不復回
君不見
高堂明鏡悲白髮
朝如青絲暮成雪
人生得意須盡歡
莫使金樽空對月
天生我材必有用
千金散盡還復來
烹羊宰牛且為樂
會須一飲三百杯
岑夫子丹丘生

將進酒君莫停
與君歌一曲
請君為我側耳聽
鐘鼓饌玉不足貴
但願長醉不願醒
古來聖賢皆寂寞
惟有飲者留其名
陳王昔時宴平樂
斗酒十千恣歡謔
主人何為言少錢
徑須沽取對君酌
五花馬
千金裘
呼兒將出換美酒
與爾同銷萬古愁
(李白將進酒)

Quân bất kiến
Hoàng hà chi thủy thiên thượng lai
Bôn lưu đáo hải bất phục hồi
Quân bất kiến
Cao đường minh kính bi bạch phát
Triêu như thanh ty mộ thành tuyết
Nhân sinh đắc ý tu tận hoan
Mạc sử kim tôn không đối nguyệt
Thiên sinh ngã tài tất hữu dụng
Thiên kim tán tận hoàn phục lai
Phanh dương tể ngưu thả vi lạc

Hội tu nhất ẩm tam bách bôi
Sầm phu tử - Đan Khâu sinh
Tương tiến tửu quân mạc đình
Dữ quân ca nhất khúc
Thỉnh quân vị ngã trắc nhĩ thinh
Chung cổ soạn ngọc bất túc quí
Đãn nguyện trường túy bất nguyện tỉnh
Cổ lai thánh hiền giai tịch mịch
Duy hữu ẩm giả lưu kỳ danh
Trần vương tích thời yến Bình Lạc
Đấu tửu thập thiên tứ hoan hước
Chủ nhân hà vi ngôn thiểu tiền
Kính tu cô thủ đối quân chước
Ngũ hoa mã
Thiên kim cừu
Hô nhi tương xuất hoán mỹ tửu
Dữ nhĩ đồng tiêu vạn cổ sầu
(Lý Bạch, *Tương tiến tửu*)

Anh chẳng thấy:
Nước Hoàng hà trời cao đổ xuống,
Xuôi về biển cả không ngược dòng.
Anh chẳng thấy:
Nhà cao gương sáng buồn tóc trắng;
Buổi mai như tơ, buổi chiều thành tuyết.
Đời người đắc ý, chơi cho cùng;
Đừng để chén vàng trơ với trăng.
Trời phú tài ta tất hữu dụng;

Nghìn vàng vung hết rồi lại có.
Luộc dê, mổ bò, mặc tình vui;
Một lần phải cạn ba trăm chén.
Sầm phu tử, Đan Khâu sinh!
Rượu rót, đừng lần khân.
Ca anh nghe một bài,
Hãy ghé tai nghe tôi nói.
Chuông trống, ngọc ngà, không đáng quí,
Chỉ nguyện say dài, không nguyện tỉnh.
Thánh hiền mấy đời vẫn thui thủi,
Chỉ có làng say còn lưu danh.
Trần vương thủa nào yên Bình Lạc
Chung rượu mười nghìn, mặc hoan lạc.
Chủ nhân vì sao nói ít tiền?
Mua gấp thêm rượu, cùng rót nữa.
Ngựa ngũ hoa,
Áo cừu thiên kim.
Gọi con mang đi đổi lấy rượu,
Cùng anh tiêu hết vạn cổ sầu.

Đời sống sinh nhai của Hạ không làm sao có được những giây phút như vậy. Luộc dê, mổ bò, mang áo gấm đi đổi rượu, không phải là những chuyện khó có trong đời Lý Bạch. Cho nên, Hạ chỉ có thể uống rượu để tiêu pha cái sầu vạn cổ bằng những biểu tượng của thi ca:

琉璃鐘琥珀濃
小槽酒滴真珠紅
烹龍炮鳳玉脂泣
羅幃繡幕圍香風
吹龍笛擊鼉鼓
皓齒歌細腰舞
況是青春日將暮
桃花亂落如紅雨
勸君終日酩酊醉
酒不到劉伶墳上土
（李賀將進酒）

Lưu ly chung hổ phách nùng
Tiểu tào tửu trích chân châu hồng
Phanh long bào phượng ngọc chi khấp
La vi tú mạc vi hương phong
Xuy long địch kích đà cổ
Hạo xỉ ca tế yêu vũ
Huống thị thanh xuân nhật tương mộ
Đào hoa loạn lạc như hồng vũ
Khuyến quân chung nhật mính đính túy
Tửu bất đáo Lưu Linh phần thượng thổ
(Lý Hạ, *Tương tiến tửu*)

Chén lưu ly, hổ phách nồng,
Vò nhỏ rót rượu chân châu hồng.

Luộc rồng, chiên phượng, mở ngọc sôi như khóc,
Rèm lụa, màn gấm, vây gió hương.
Thổi sáo rồng, vỗ trống sấu,
Răng trắng ca, eo nhỏ múa.
Huống nữa thanh xuân ngày sắp xế,
Hoa đào rơi loạn như mưa đỏ.
Khuyên anh trọn ngày say ngửa nghiêng,
Rượu không ướt đất Lưu Linh trên mộ.

Luộc rồng, chiên phượng, sáo bằng xương rồng, và trống bằng da cá sấu… sự huyễn hoặc của biểu tượng cũng đủ thấy rõ Hạ đang uống rượu với một cái mâm không. Đằng khác, trong nỗi xót xa về tuổi già và tóc trắng, Lý Bạch trở nên tiêu sái:

朝如青絲暮成雪
… …
莫使金樽空對月

Triêu như thanh ty mộ thành tuyết
… …
Mạc sử kim tôn không đối nguyệt.

Trái lại, mùa xuân đi qua trước mắt của Hạ trong những giòng máu đỏ, phải chăng đây là dấu hiệu của một cơn bịnh ho lao?

況是青春日將暮

桃花亂落如紅雨

Huống thị thanh xuân nhật tương mộ
Đào hoa loạn lạc như hồng vũ.

Phan Đức Dư[40], đời Thanh, chỉ ngay vào câu cuối mà cho rằng chất quỷ của Hạ hiện ra ở đó.

*

2

Lý Hạ là một quỷ tài. Nhưng thế nào là quỷ tài? Nó không phải chỉ là khả năng hay thị hiếu sử dụng những hình ảnh, những biểu tượng siêu thực. Ngoài khả năng đó, là sự huyễn hoặc của ngôn ngữ; là những kiến trúc từ điệu quái dị, hiểm hóc. Nói rõ hơn, bằng chính thơ của Hạ, đó là công trình xảo diệu bằng một bàn tay của quỷ. Ý tưởng này được bắt gặp trong bài thơ *La Phù tiên nhân dữ cát thiên,* tiên nhân trong núi La Phù[41] và một chiếc áo bằng dây sắn:

依依宜織江雨空
雨中六月蘭颱風
博羅老仙時出洞
千歲石床啼鬼工

---

[40] 潘德輿 (1785-1839), tự Ngạn Phụ, Tứ Nông, người huyện Sơn Dương tỉnh Giang Tô. – HT.

[41] La Phù, tên hai ngọn núi gọi chung, thuộc tỉnh Quảng Đông.

蛇毒濃凝洞堂濕
江魚不食銜沙立
欲剪箱中一尺天
吳娥莫道吳刀澀
(羅浮仙人與葛篇)

Y y nghi chức giang vũ không
Vũ trung lục nguyệt lan đài phong
Bác la lão tiên thời xuất động
Thiên tuế thạch sàng đề quỷ công
Xà độc nùng ngưng động đường thấp
Giang ngư bất thực hàm sa lập
Dục tiễn tương trung nhất xích thiên
Ngô nga mạc đạo Ngô đao sáp.
(*La Phù tiên nhân dữ cát thiên*)

Mưa lất phất sông mờ dải lụa;
Gió thanh kỳ tháng sáu trong mưa.
Lão tiên ông từ động bước ra;
Tảng đá khóc nghìn năm công quỷ.
Trên vách ẩm nặc nồng nọc rắn;
Cá lòng sông ngậm cát đứng trơ.
Xén sông Tương một mảnh lụa trời;
Tình Ngô nữ mơ màng dao sắc.

Vương Kỳ chú giải: "Quỷ công là công trình xảo diệu của quỷ, tinh tế vượt ngoài khả năng của loài người." Ở đây là mớ dây sắn bò leo quấn quít trên tảng đá trong động. Núi La Phù có nhiều hang động danh tiếng: động Chu Minh, động Hoàng Long, động Hồ Điệp, động Dạ Lạc.

Bác La lão tiên cùng với mớ dây sắn làm bạn nhau ở một trong những động đó. Trải qua một nghìn năm, hình thù của nó trở thành quái dị, và trở thành chiếc áo của tiên ông. Khi tiên ông bước ra khỏi động, hòn đá kêu gào khóc lóc. Công trình dày dạn của quỷ, nay lão tiên khoác lên mình để xuống núi, không thể nào tránh khỏi con mắt khinh thị của loài người; rẻ rúng.

Vậy thì, quỷ tài là cái tài năng có thể chế tác những thứ quái dị, siêu thực, mà loài người không thưởng thức nổi. Bởi vì, *Dịch* dạy người ta "ngưỡng dĩ quan ư thiên văn, phủ dĩ sát ư địa lý"[42]; nhưng trông lên văn vẻ của trời thì chỉ có thể thấy mặt trời, mặt trăng, tinh tú; cúi xuống xem lý của đất, cũng chỉ coi theo hình thể của núi, sông, vân vân. Không có lạ; phỏng theo đó, không phải chỉ không làm được sự kỳ, mà còn là không thấu suốt nổi những tàng ẩn sâu kín trong thiên nhiên và chính trong đáy lòng của con người. Nếu chưa từng làm bạn với quỷ, không thể thưởng thức được những cái kỳ dị giữa cảnh san nham u tịch. Những sự lạ mà tài năng của quỷ có thể làm được không hề là những thứ vuốt ve, an ủi con người trong tính cách bình dị, yên ổn. Chúng biểu lộ những đau khổ khốn quẫn của con người, mà dưới lớp sau của sự đau khổ ấy là những khốn quẫn dị hình.

---

42 周易. 繫辭：仰以觀於天文，俯以察於地理.HT.

Công trình của quỷ, nếu có ở ngoài thế giới hiện thực, tất khiến người ta hãi hùng khi bất ngờ bắt gặp. Nhưng công trình đó nếu là "kiến trúc từ điệu" của thơ, tất phải bị coi là "ngụy quyệt"[43]; cái xảo diệu trở thành xảo ngôn. Xảo ngôn của thơ dĩ nhiên đáng bị chỉ trích. Và như vậy, Lý Hạ bị chỉ trích khá nhiều.

Quỷ tài của Lý Hạ, xét trên một mức độ rộng rãi của cái gọi là kiến trúc từ điệu, không chỉ giới hạn nơi những bài thơ có hình ảnh ma quỷ. Tính chất "ngụy quyệt" trong thơ của Hạ, nếu được nhìn trên mức độ ấy, và qua một cung cách khác, có thể là lời của Phan Đức Dư: "Đều lấy lời rất diễm lệ, tả cái sắc rất thảm, y hệt như trong tiểu thuyết; điện cổ, vườn hoang, hồng trang nữ mị, hơi lạnh bức người, khêu đèn mà nhìn, tóc lông dựng đứng cả." Mà cũng có thể là lời của Lục Phóng Ông: "Thơ của Hạ như chiếc áo gấm của một trăm thợ khéo; năm sắc chói lọi, sáng tỏa lóe mắt, khiến cho không ai dám nhìn lâu…"

Những nhận xét trên đây có thể tìm thấy giới hạn của chúng trong các bài thơ mà tính cách hoa lệ của từ điệu, sự huyễn hoặc của ngôn ngữ, bộc lộ rất rõ. Chẳng hạn, bài thơ *Vua Tần uống rượu:*

---

[43] 詭譎, quái dị, kỳ dị. – HT.

秦王騎虎遊八極
劍光照空天自碧
羲和敲日玻璃聲
劫灰飛盡古今平
龍頭瀉酒邀酒星
金槽琵琶夜棖棖
洞庭雨腳來吹笙
酒酣喝月使倒行
銀雲櫛櫛瑤殿明
宮門掌事報一更
花樓玉鳳聲嬌獰
海綃紅文香淺清
黃鵝跌舞千年觥
仙人燭樹蠟煙輕
清琴醉眼淚泓泓
(秦王飲酒)

Tần vương kỵ hổ du bát cực
Kiếm quang chiếu không thiên tự bích
Hy Hòa xao nhật pha lê thanh
Kiếp hôi phi tận cổ kim bình
Long đầu tả tửu yêu tửu tinh
Kim tào tỳ bà dạ tranh tranh
Động đình vũ cước lai xuy sanh
Tửu hàm hát nguyệt sử đảo hành
Ngân vân trất trất dao điện minh
Cung môn chưởng sự báo nhất canh

Hoa lâu ngọc phượng thanh kiều nanh
Hải tiêu hồng văn hương thiển thanh
Hoàng nga điệt vũ thiên niên quăng
Tiên nhân chúc thọ lạp yên khinh
Thanh cầm túy nhãn lệ hoằng hoằng.
(*Tần vương ẩm tửu*)

Vua Tần[44] *cưỡi cọp chơi tám cực;*
Ánh kiếm rọi trời, trời tự biếc.
Hy Hòa đẩy mặt trời rộn tiếng pha lê;
Kiếp tro[45] *bay hết, cổ kim bình.*
Đầu rồng[46] *rót rượu mời sao rượu*[47]*;*
Tỳ bà cán vàng, đêm tang tình.
Động đình[48] *gót mưa*[49] *đến thổi sênh;*

---

[44] Tần vương. Thơ tuy tả Tần vương, hung bạo, vũ dũng, có thể khiến liên tưởng Tần Thuỷ hoàng. Nhưng lời thơ không đề cập một liên hệ gì với nhà Tần. Có thể Hạ mượn triều đại xưa để nói về triều đại nay. *Đường thi giám thưởng* (Lý Thế Anh) suy đoán, có thể ám chỉ Đường Đức tông (779-805).
[45] *Kiếp hôi*, mượn huyền thoại Phật giáo. Vào thời tận thế, lửa đốt cháy thế giới thành tro hết. Truyền thuyết, thời Hán Vũ đế, khi đào ao Côn Minh, người ta lượm được một khối tro đen dưới lòng đất, không rõ từ đâu. Sau, một nhà sư từ Ấn sang. Hỏi, biết rằng đó là tro tàn thời tận thế thuở xưa.
[46] *Long đầu*, bình rượu hình con rồng. Rượu chảy ra từ miệng của nó.
[47] *Tửu tinh*, tên một ngôi sao, gọi là "Tửu kỳ tinh" (Sao Cờ rượu). Phía bên phải chòm sao Hiên viên có ba sao; đó là chòm sao Tửu kỳ.

Rượu mèm thét trăng bắt chạy lui.
Mây bạc ùn ùn điện Dao sáng[50]*;*
Cung nhân chưởng sự báo sang canh.
Lầu hoa, phượng ngọc, tiếng rộn ràng;
Lụa biển[51]*, vằn hồng, hương chập chờn.*
Nga vàng nhảy múa, chén ngàn tuổi[52]*,*
Ngọn đuốc tiên nhân[53] *khói sáp nhẹ.*
Thanh cầm[54] *mắt say, lệ rào rào.*

---

48 *Động đình*, tức hồ Động đình, bắc bộ tỉnh Hồ nam. Hồ lớn nhất của Trung quốc.

49 *Vũ cước*. Iken Arai và Frodsham đều cho khó hiểu chính xác từ này. Suy đoán là được gợi ý từ đoạn văn trong thiên "Thiên vận" *Nam hoa kinh*. Trong đó, mô tả Hoàng đế tấu khúc nhạc "Hàm trì" trên hồ Động đình khiến người nghe kinh sợ, rồi hoang mang, rồi lặng lẽ ngây ngất.

50 *Dao điện*, điện đài sáng trưng như làm toàn bằng ngọc Dao.

51 *Hải tiêu*, lụa dệt bằng tơ sống ở biển, do người cá dệt. Khoác áo bằng lụa này mà xuống nước, nước không thấm. Đây chỉ áo vũ nữ trong tiệc rượu của vua Tần.

52 *Thiên niên quăng*, chén rượu mời, chúc thọ nghìn tuổi.

53 *Tiên nhân chúc thụ*, Iken Arai chú giải là một loại cây giống cây đồng, bóc vỏ nó dùng làm đuốc, cháy rất lâu. Frodsham suy đoán, có thể tả những cây nến trong đó có hình vẽ các tiên; hoặc cây nến có hình dáng tiên nhân.

54 *Thanh Cầm*, chỉ thị nữ của vua Tần. Thanh Cầm là tên một thần nữ cổ đại. Bài phú "Thượng lâm" của Tư Mã Tương Như đời Hán có câu, "Nhược phù Thanh Cầm, Mật Phi chi đồ" 若夫青琴宓妃之徒 (Như đám Thanh

Từ điệu ly kỳ; hình ảnh và âm thanh quái dị. Ngay câu một đã thấy sự kỳ dị đó. Người Tàu xưa, làm vua theo tượng của quẻ Càn của kinh Dịch, thì nói: "Thời thừa lục long dĩ ngự thiên"[55]. Nói là "sáu con rồng", bởi vì quẻ Càn có tất cả sáu hào đều thuộc dương, thế kiên cường. Làm vua tức thay trời để chăn dân, do đó phải hiệp với đạo trời, đạo của quẻ Càn. Nhà vua cưỡi rồng, dù ở trên bậc chí tôn vạn thặng, vẫn tỏ ra khí lượng khoan nhân đại độ. Nhưng nếu cưỡi cọp, tất khí độ vô cùng hung bạo. Đó là thứ sức mạnh mà đức Khổng Tử gọi là "bạo hổ, bằng hà"[56].

Cưỡi cọp đã thấy là vô cùng hung bạo. Nhưng khi nhà vua ấy chỉ kiếm lên trời, trời tự nhiên cũng phải trở thành xanh biếc. Nó là cái uy mãnh dữ dội của một nhà vua võ trị. Trời còn không dám cãi, huống nữa là dân đen.

Hy Hòa là thần cai quản mặt trời. Ông "đẩy" mặt trời đi, khua tiếng rổn rang như pha lê vỡ. Lúc say rượu thấy mặt trời quay tít, chưa có gì là

Cầm và Mật phi).

[55] 周易.乾，彖曰：大明終始六位时成时乘六龍以御天. – HT.

[56] 論語. 述而, 第七： 暴虎馮河死而無悔者吾不與也. – HT.

kỳ. Ở đây không nói say hay tỉnh, nhưng thấy mặt trời bị cưỡng bức phải đi, mà lại đi trong âm thanh rộn ràng của pha lê vỡ, ấy mới thực là kỳ.

"Kiếp hôi" là một danh từ của nhà Phật. Khi thế giới hủy diệt, thời mạt kiếp, bảy mặt trời cùng xuất hiện, đốt cháy trái đất thành tro. Cho đến khi tro bụi của thời mạt kiếp ấy bay tan hết, thế giới mới có sự thái bình vĩnh viễn. Thái bình trong hủy diệt và hư vô? Bởi vì đó là lý tưởng thái bình của quỷ.

"Gót mưa" có lẽ mô tả dáng người thổi sáo, nhẹ nhàng và lãng đãng như mưa bay trên mặt hồ Động đình mênh mông.

"Cây đuốc tiên nhân" có thể là cây đuốc được điêu khắc theo hình dáng một tiên nhân. Những giọt sáp từ trên cây đuốc cao chảy xuống, trong tiếng đàn cầm trong trẻo. Cái uy mãnh trong một trận cười sôi nổi không che giấu được những giọt lệ bi thương.

Toàn thể bài thơ, câu nào cũng quái dị. Chữ dùng bí hiểm; không phải bí hiểm theo nghĩa hóc búa, mà là lởm chởm. So lại những lời bình của Lục Phóng Ông[57], càng thấy chúng xác đáng.

---

[57] 陸遊 (1125-1210) hiệu Vụ Quan 務觀 tự Phóng Ông 放翁, người huyện Sơn Âm 山陰 tỉnh Việt Châu 越州, văn học gia sống vào thời Nam Tống. – HT.

Quả thực: 'Hạ từ, bách gia nạp cầm, ngũ sắc huyễn diệu, quang đoạt nhãn mục, sử nhân bất cảm thục thị.' *Từ của Hạ họp gấm vóc của trăm nhà, năm màu huyễn hoặc, sáng chói loá mắt, khiến người không dám nhìn lâu.* Bởi vì từ điệu và hình ảnh như năm sắc chói lọi, lóe mắt, nên khó nhìn thấy rõ bên trong. Tuy nhiên, đại khái chúng ta có thể thấy tính cách uyển chuyển của bài thơ. Hung bạo thì như cọp; hùng dũng như dựng kiếm chỉ trời; uy mãnh như thét trăng bắt chạy lui: Đó là tả cái hùng tâm tráng khí. Trong sự tán dương cũng hàm ngụ chỉ trích: Nhà vua không có khí độ của một bậc Thiên tử. Rồi uống rượu thì như đội lên đầu rồng, hơn cả cái hình ảnh "hũ chìm"; cung cách ấy quá vũ phu, thô bạo. Nhưng hát múa lại dịu dàng, lãng đãng như mưa trên mặt hồ bao la, và tâm sự cũng ngậm ngùi thê thiết như những giọt nến chảy dài từ trên giá cao. Thế là quá văn nhã. Những mô tả, thoạt trông qua, có vẻ chỉ trích cuộc sống hoan lạc trác táng. Nhưng đằng sau chỉ trích, còn có sự thương cảm sâu xa. Đấy mới thực là bộc lộ kín đáo một tấm lòng của Kinh Kha, "*trực thị Kinh Kha nhất phiến tâm*", như chính lời thơ của Hạ nói.

*

3

Cái tài quỷ của Hạ phải nói là một khả năng 'thiên phú', không do sự đào luyện của học tập và gạn lọc của kinh nghiệm. Cho nên, truyền thuyết nói Hạ làm bài *Cao hiên quá* ngay lúc chỉ mới bảy tuổi, mặc dù là một truyền thuyết không xác đáng, đã vô tình ngụ ý sâu sắc về khả năng thiên phú ấy. Đòi hỏi quá nhiều dữ kiện xác thực cho một truyền thuyết, tức đã làm thiệt thòi khá nhiều những tình cảm mà thời đại dành cho nhà thơ; và như vậy, một góc cạnh của hồn thơ và lời thơ của nhà thơ bị bưng bít. Chúng ta hãy cứ tin Hạ đã làm bài thơ *Cao hiên quá*[58] đọc cho Hàn Dũ và Hoàng Phủ Thực nghe vào lúc bảy tuổi. Bây giờ chúng ta đọc nó bằng tin tưởng 'mơ hồ', nghĩa là quái dị không lịch sử, như vậy:

華裾織翠青如蔥
金環壓轡搖玲瓏
馬蹄隱耳聲隆隆
入門下馬氣如虹
云是
東京才子
文章巨公
二十八宿羅心胸

58 Nguyên chú của bài thơ: "Viên ngoại Hàn Dũ và Thị ngự Hoàng Phủ Thực đến nhà. Nhân đó đề nghị làm thơ."

元精耿耿貫當中[59]
殿前作賦聲摩空
筆補造化天無功
龐眉書客感秋蓬
誰知死草生華風
我今垂翅附冥鴻
他日不羞蛇作龍
(高軒過)

Hoa cứ chức thuý thanh như thông
Kim hoàn áp bí dao linh lung
Mã đề ẩn nhĩ thanh long long
Nhập môn hạ mã khí như hồng
Vân thị
Đông kinh tài tử
Văn chương cự công
Nhị thập bát tú la tâm hung
Nguyên tinh cảnh cảnh quán đương trung
Điện tiền tác phú thanh ma không
Bút bổ tạo hoá thiên vô công
Bàng mi thư khách cảm thu bồng
Thuỳ tri tử thảo sanh hoa phong
Ngã kim thuỳ sí phụ minh hồng
Tha nhật bất tu xà tác long
(*Cao hiên quá*)

---

[59] Có bản đọc là cửu tinh chiếu diệu 九精照妙.

Tà áo bông[60] dệt màu thuý, xanh như rừng lá;
Cương ép khoen vàng khua lanh canh.
Vó ngựa bên tai vang tiếng dội,
Xuống yên lên cửa, khí ngút cầu vồng.
Thưa đấy:
Đông kinh tài tử,
Lãnh tụ văn chương.
Hai mươi tám sao la liệt giữa lòng;
Nguyên khí rực rỡ trùm bên trong.
Điện rồng cách điệu vút cao không,
Bút thay tạo hoá, trời vô công.
Thư khách[61] mày giao, tưởng mình như lau thu[62];
Ai ngờ cỏ chết trổi gió hoa.
Ngày nay rũ cánh nương bóng chim hồng,
Ngày mai không thẹn rắn sẽ hoá rồng.

Nếu không khoa đại tài năng của Hạ quá trớn, thơ như thế đáng coi như là phô trương những sự huyễn hoặc ngụy quyệt của ngôn ngữ. Trên khía cạnh 'thuần mỹ' của thi ca, có lẽ Hạ đã thành công.

Nhạn môn Thái thú hành[63] cũng chứng tỏ sự

[60] Chỉ y phục hoa lệ của Hàn Dũ và Hoàng Phủ Thực.
[61] Thư khách, tức thư sinh. Lý Hạ tự gọi.
[62] Nguyên Hán: *thu bồng*; cỏ bồng, mùa thu khô héo, mặc tình gió thổi bay.
[63] Hành khúc Thái thú Nhạn môn. Một loại nhạc phủ.

thành công đó. Vì đây là lúc Hạ chưa bị vấp ngã, thơ không hàm ngụ một mối bi thương ai oán nào; nên lời tuy kì dị của một loại 'quỷ công', nhưng tình thơ không mang tấm lòng bi phẫn của linh hồn ma quỷ.

黑雲壓城城欲摧
甲光向日金鱗開
角聲滿天秋色裏
塞上燕脂凝夜紫
半卷紅旗臨易水
霜重鼓寒聲不起
報君黃金台上意
提攜玉龍爲君死
（雁門太守行）

Hắc vân áp thành thành dục tồi
Giáp quang hướng nhật kim lân khai
Giác thanh mãn thiên thu sắc lí
Tái thượng yên chi ngưng dạ tử
Bán quyền hồng kỳ lâm Dịch Thủy
Sương trọng cổ hàn thanh bất khởi

Trương Cố, *U nhàn cổ xúy*, chép: Năm Nguyên Hòa thứ hai (807), Lý Hạ làm bài thơ này mang đi ra mắt Hàn Dũ, bấy giờ đang giữ chức Quốc tử giám bác sĩ. Vừa đọc hai câu đầu, lập tức Hàn Dũ đứng đạy khoác áo ra tiếp. Nhưng theo Dao Văn Nhiếp, bài thơ đề cập vụ nổi loạn mùa đông 809. Đó là cuộc nổi loạn do Ngô Nguyên Tế cầm đầu dưới triều Hiến tông, niên hiệu Nguyên Hòa thứ 10.

Báo quân hoàng kim đài thượng ý
Đề huề ngọc long vi quân tử.
(*Nhạn môn Thái thú hành*)

Mây đen[64] ép thành, thành muốn vỡ;
Giáp ánh mặt trời[65], vàng rực rỡ.
Tù và vang không trong sắc thu;
Máu[66] đọng bờ thành nhuộm đêm tía.
Gió cuốn cờ hồng bên Dịch Thủy[67];
Sương dày, trống lạnh, tiếng không trỗi.
Trên đài Hoàng kim[68], nhận lời thề,
Mang kiếm Ngọc long[69] xin quyết tử.

---

[64] *Hắc vân*, mây đen, Vương An Thạch hiểu nghĩa đen, nên cho là bài thơ có nhiều hình ảnh vô lý. Mây đen ở đây cũng có thể tả khí thế quân đội dàn trận đánh nhau.
[65] Có bản chép là *nhật*; có bản chép là *nguyệt*.
[66] Nguyên Hán: *yên chi*, chỉ loại son được bằng cách ép nước cốt hoa rồi hong cô lại. Đây tả màu nắng chiều đỏ chói như son.
[67] *Dịch thủy*, tên con sông thuộc trung bộ tỉnh Hà bắc. Chỗ Kinh Kha từ biệt Yên Đan để sang Tần, ám sát Tần Thuỷ hoàng đế.
[68] *Hoàng kim đài*; truyền thuyết, vua Chiêu vương nước Yên, thời Chiến quốc, xây dựng một đài cao, trong đó chứa vàng ròng, chiêu vời hiền sỹ đến giúp nước.
[69] *Ngọc long*; truyền thuyết, vào đầu đời Tấn, có người tên Lôi Văn Hoán được một cái hộp ngọc. Mở ra, bên trong có hai thanh gươm báu. Về sau, gươm chìm xuống nước, hoá thành rồng.

Khí thế xuất quân ào ạt, hùng hổ; sát khí che phủ cả một thành trì. Khai diễn càng uy mãnh, kết cuộc càng thê thiết. Cả hai hoạt cảnh đều kinh tâm động phách. Máu loang lổ nhuộm tía bờ thành; hoang dã như sự rã rời của son phấn trong cuộc chiến tình trường. Cho nên, thay vì dùng một hình ảnh nào đó để có thể ngụ ý được chiến huyết là những giọt máu hận, Hạ mô tả chúng bằng màu sắc kiều mị của phấn son: 'yên chi'. Rồi những giọt máu tím ấy, trong màu sắc kiều mị của phấn son, lấp lánh giữa bóng chiều tàn, màn đêm chậm chạp kéo qua, màu đêm là màu tía phủ lên những lớp tường thành trét bằng đất màu tía.

Sự hoa sức ngôn ngữ ấy, nếu thêm vào được một chút tình tự tha thiết bi ai, thơ Hạ sẽ có một khả năng rung động phi thường. Đó là hình ảnh hiểm hóc ly kỳ trong bài *Lý Bằng*[70] *không hầu*[71] *dẫn*:

---

[70] Lý Bằng, nhạc sư cung đình, trong đoàn Lê viên tử đệ, dưới thời vua Huyền tông (712-756). Nổi tiếng về đàn Không hầu, được trọng nhất thời bấy giờ. Các nhà thơ lớn trước Lý Hạ như Dương Cự Nguyên, Cố Huống, đều có làm thơ nghe Lý Bằng đàn Không hầu.

[71] *Không hầu*, loại nhạc cụ dây của Trung Quốc thời cổ. Người phương Tây gọi nó là đàn *harp* Trung Quốc. Gốc là nhạc cụ người Hồ, truyền vào Trung Quốc khoảng đời Tấn Vũ đế (265-290). Bài thơ của Lý Hạ được ức đoán sáng tác vào khoảng Nguyên Hòa 6-8 (811-813). Lúc này Hạ đang ở Trường An, giữ chức Phụng lễ lang.

吳絲蜀桐張高秋
空山凝雲頹不流
江娥啼竹素女愁
李憑中國彈箜篌
崑山玉碎鳳凰叫
芙蓉泣露香蘭笑
十二門前融冷光
二十三絲動紫皇
女媧煉石補天處
石破天驚逗秋雨
夢入神山教神嫗
老魚跳波瘦蛟舞
吳質不眠倚桂樹
露腳斜飛濕寒兔
（李憑箜篌引）

Ngô ti Thục đồng trướng cao thu
Không sơn ngưng vân đồi bất lưu
Giang nga đề trúc tố nữ sầu
Lý Bằng Trung Quốc đàn không hầu
Côn sơn ngọc toái phượng hoàng khiếu
Phù dung khấp lộ hương lan tiếu
Thập nhị môn tiền dung lãnh quang
Nhị thập tam ty động tử hoàng
Nữ Oa luyện thạch bổ thiên xứ
Thạch phá thiên kinh đậu thu vũ
Mộng nhập thần sơn giáo thần ủ

Lão ngư khiêu ba sấu giao vũ
Ngô chất bất miên ỷ quế thụ
Lộ cước tà phi thấp hàn thố.
(*Lý Bằng không hầu dẫn*)

Tơ đồng[72] *trải rộng dáng thu cao*[73]
Mây lịm non côi nặng trĩu màu
Tương phi[74] *khóc tre, sầu Tố nữ*[75]
Lý Bằng trung quốc đàn không hầu
Côn sơn[76] *ngọc rạn, phượng hoàng réo.*
Phù dung đẫm sương, lan hàm tiếu.

---

[72] Nguyên văn: *Ngô ti, Thục đồng*, tả thân đàn được làm bằng gỗ cây Đồng từ đất Thục, và dây được làm bằng tơ đất Ngô.
[73] Nguyên Hán: *cao thu*, mùa thu cao, chỉ vào tháng 9; cũng hàm ý 'trời thu ngất tạnh.'
[74] Nguyên Hán: *Giang nga*, có bản chép là *Tương nga* 湘娥. Chỉ hai thần nữ sông Tương, nguyên là con gái vua Nghiêu, vợ vua Thuấn. Truyền thuyết, khi hay vua Thuấn chết, hai bà ôm trúc khóc; nước mắt của họ làm cho thân trúc loang đốm, sau gọi là ban trúc. Rồi hai bà nhảy xuống sông Tương mà chết. Được phong là Tương phi.
[75] Tố nữ, tên nữ thần diễn tấu đàn sắt rất tuyệt diệu cho Hoàng đế nghe. Truyền thuyết, đàn sắt do Phục Hy chế, gồm 50 dây. Ông khiến Tố nữ đàn. Tiếng đàn quá buồn không chịu nổi, ông khiến cắt đôi còn 25 dây, để hòa dịu, bớt buồn lại.
[76] *Côn sơn*, hay Côn Luân sơn, truyền tụng nơi sản xuất ngọc quý.

Mười hai cổng thành[77] *ánh lạnh mờ.*
Ngất tạnh tầng xanh[78] *động tiếng tơ.*[79]
Khoảng Nữ Oa luyện đá vá trời,[80]
Đá vỡ, trời kinh, mưa thu rơi.
Mộng[81] *vào núi thần dạy thần nữ*[82]*;*
Cá già nhảy sóng, thuồng luồng múa.
Tựa quế Ngô Cang[83] *mơ canh tàn*
Gót sương bay tà[84] *lạnh thấm trăng.*[85]

---

[77] Thành Trường An có bốn mặt; mỗi mặt có ba cổng.
[78] Nguyên Hán: *Tử hoàng*, Thiên đế ngự trong chòm sao Tử vi, nên gọi là Tử hoàng.
[79] Nguyên Hán: *nhị thập tam ti*, 23 dây tơ.
[80] Nữ Oa 女媧, thần nữ hình rắn, vợ vua Phục Hy. Khi Cộng Cung va đầu vào cột trụ chống trời phía đông bắc, làm cho đất nghiêng xuống đông nam, tạo thành một lỗ hổng trên trời. Nữ Oa luyện đá ngũ sắc lấp lỗ hổng đó. (*Hoài nam tử*).
[81] Ám chỉ Lý Bằng vào núi, truyền tuyệt kỹ cho quỷ thần.
[82] Nguyên văn: *Thần ẩu (ủ)*. *Sưu thần ký*: Có một mụ già hiệu là Thành phu nhân. Mụ rất ưa âm nhạc, biết đàn Không hầu; mỗi khi nghe người đàn hát, mụ nhảy múa. Frodsham nghi *Thần ẩu* có thể chỉ mụ già này.
[83] Ngô Chí trong bản, một nhà văn học thời Tam quốc. Nhưng các nhà chú giải phần lớn đề nghị là Ngô Cang. Sách *Dậu dương tạp trở* kể: Trên cung trăng có một cây quế cao 500 trượng. Có người tên Ngô Cang học phép tiên, phạm tội, bị đày vào cung trăng đốn cây quế. Đốn bên này thì bên kia liền trở lại. Đốn hoài cây không ngã.
[84] Nguyên Hán: *lộ cước*, tả dạng sương rơi.
[85] Nguyên văn: *hàn thố*, thỏ lạnh, chỉ mặt trăng. Truyền thuyết, trên cung trăng có một cây quế, một con cóc, và

Nhạc khúc *Không hầu dẫn* luôn luôn có âm hưởng rất ai oán. Thơ của Hạ đẩy sự ai oán ấy đến mức độ siêu thực. Trước hết, Hạ mô tả xuất xứ thanh cao của cây đàn: Thân đàn được chế tác bằng gỗ cây ngô đồng mang từ đất Thục, và dây đàn được làm bằng thứ tơ sản xuất nơi đất Ngô. Nó là tinh hoa của hai miền đông và miền tây của Trung Hoa. Kế đó là khung cảnh của buổi tấu nhạc: Trời thu ngất tạnh, mây trắng ngừng lại. Khung cảnh tịch mịch gần như tuyệt đối ấy rất thích hợp để tấu khúc nhạc thanh cao diễm lệ. Cho nên, khi nhạc sĩ đàn Không hầu, Lý Bằng, giữa kinh đô Trường An, vừa tấu nhạc thì âm thanh ai oán như giọng khóc chung tình của Tương phu nhân ôm tre mà thương khóc vua Thuấn bên dòng sông Tương; giọng bi ai ấy, cũng là tiếng sắt trầm buồn của Tố Nữ.

Từ cách điệu của điển cố xa xôi, thơ đột ngột trỗi lên cái sầu muộn siêu thực: Rạt rào như tiếng ngọc rạn vỡ trên Côn Sơn; bi thiết như tiếng phượng hoàng kêu khóc; long lanh như những giọt sương đọng lên trên chiếc lá phù dung; và tươi thắm như hương lan vừa hé nụ. Tính chất siêu thực trong những diễn tả này vẫn còn hương vị của tính chất hiện thực. Và hiện thực rõ rệt hơn: Tiếng đàn lạnh lùng tưởng như trông ra mười hai cổng thành Trường An đang

---

một con thỏ.

đắm mình trong ánh sáng mờ nhạt và lạnh của buổi sớm mai tinh sương; và khơi vơi như nghe vang dội đến tầng mây Tỉ hoàng trên chín cung trời.

Đến đây thì thơ bắt đầu diễn ra trong bối cảnh thần thoại hoang đường: Khoảng Nữ Oa luyện đá vá trời, khi tiếng đàn vang đến trời kinh động và mưa thu đọng lại. Người nghe nhạc mơ màng trong một giấc chiêm bao: Thấy mình vào tận núi sâu, truyền lại cho một thần nữ già nua điệu nhạc ấy; nó có nghĩa là tiếng nhạc bấy giờ có hấp lực quyến rũ mãnh liệt hơn cả những huyễn hoặc của ma quái; cho nên ma quái cũng phải bắt chước học theo. Hấp lực của nó cũng khiến cho những con cá già bị kích động, trồi lên giỡn sóng; con thuồng luồng gầy ốm tong teo cũng nhảy múa, uốn lượn. Mặt trăng đứng im trong tiếng nhạc, chú Cuội đứng tư lự quên ngủ dưới gốc cây đa; lớp sương mỏng phủ mờ bóng trăng.

Lý Bằng xứng danh là một tay đàn lão luyện trong nhóm Lê viên tử đệ, phụng sự nhà vua lãng mạn Đường Minh Hoàng. Tài nghệ của ông không những làm si mê Lý Hạ, mà có lẽ còn được ngưỡng mộ nơi các nhà thơ khác. Dương Cự Nguyên cũng có một bài thơ *Nghe Lý Bằng đàn không hầu*:

聽奏繁弦玉殿清
風傳曲度禁林明

君王聽樂梨園暖
翻到雲門第幾聲
(楊巨源聽李憑彈箜篌)

Thính tấu phồn huyền Ngọc điện thanh
Phong truyền khúc độ Cấm lâm minh
Quân vương thính nhạc lê viên noãn
Phiên đáo vân môn đệ kỷ thanh.
(Dương Cự Nguyên[86] *Thính Lý Bằng đàn không hầu*)

Âm vang điện Ngọc trong veo
Gió đưa khúc điệu bay vào Cấm cung
Vườn lên nhạc ấm Cửu trùng
Tiếng bay ngút tận mấy từng mây cao.

Bây giờ chúng ta đọc lại thơ của Hạ trong một âm điệu khác, dĩ nhiên không thể so với nguyên tác.

Vách phòng tiêu úa màu phấn dại;
Đốm chập chờn suốt dãy điện đường.
Đài thành một thuở văn chương,
Xe vàng nẻo mộng trong màn chiếu thu.
Tóc mai về sương Ngô điểm trắng;
Thân tàn như cỏ lụn bờ đê.

---

[86] Thi nhân thời nhà Đường, tự Cảnh Sơn 景山, sau đổi Cự Tế 巨濟, người phủ Hà Trung, sinh 755 mất 833. – HT.

Đăm đăm từ giã kinh kỳ,
Lao đao thần tử miền quê nhọc nhằn.

*

4

Thơ Hạ nếu được nhìn với con mắt không thiện cảm và thành kiến, thì đấy chỉ là những khoa trương vô nghĩa. Cái hay của nó không khác gì mấy với cách điệu thơ của Vương Bột[87], cũng là một nhà thơ trẻ và yểu mệnh. Bài phú *Đằng vương các* của Vương Bột dĩ nhiên là một bài văn cực kỳ diễm lệ, nhưng sự yếu kém của nó là tình tự có phần nông cạn bởi vì quá ít lịch lãm, chưa thể thấu triệt nhân tình.

Chín đặc điểm trong thơ Hạ, theo nhận định của Hàn Dũ, không phải là vô căn cứ. Phong thái, tâm tình, cách điệu và dũng khí. Những diễm lệ của chúng rất dễ thấy nơi thơ của Hạ. Tuy nhiên, nếu xét theo *Thi phẩm* của Đường Tư Không Đồ[88] với 24 *tắc* coi như tinh thể của Đường thi.

---

[87] 王勃 (650–676) tự Tử An 子安, người huyện Long Môn 龍門 tỉnh Giáng Châu 絳州. Ông cùng với Dương Quýnh 楊炯, Lư Chiếu Lân 盧照鄰, Lạc Tân Vương 駱賓王 được người đời tôn xưng "Sơ đường tứ kiệt". – HT.

[88] 司空圖（837 – 908）tự Biểu Thánh 表聖, hiệu Tri Phi Tử 知非子, Nại Nhục Cư sĩ 耐辱居士, người Ngu Hương tỉnh Hà Trung, sống vào thời vãng Đường, tác phẩm tiêu biểu *Nhị thập tứ thi phẩm* 二十四詩品, *Tư*

Sự diễm lệ của lời thơ mà không mang được một hàm ngụ sâu sắc. Thơ ấy không khác phong vận xa hoa của một trưởng giả, phú gia. Tắc thứ nhất của *Thi phẩm* là *Hùng hồn* mà qua trình bày của tác giả, so với thơ của Hạ, chúng ta sẽ thấy chỗ dị biệt quá lớn:

大用外腓
真體內充
返虛入渾
積健為雄
具備萬物
橫覺太空
荒荒油雲
寥寥長風
超以象外
得其環中
持之匪強
來之無窮
(司空圖二十四詩品雄渾)

Đại dụng ngoại phì
Chân thể nội sung
Phản hư nhập hồn
Tích kiện vi hùng
Cụ bị vạn vật
Hoành giác thái không

---

không biểu thánh thi tập 司空表聖詩集. – HT.

Mang mang du vân
Liêu liêu trường phong
Siêu dĩ tượng ngoại
Đắc kỳ hoàn trung
Trì chi phỉ cưỡng
Lai chi vô cùng.
(Tư Không Đồ: *Nhị Thập Tứ Thi Phẩm, Hùng Hồn*)

Điều mà Hàn Dũ nói về thơ của Hạ như: "Mây và khói liên miên không đủ để nói hết cái thái của nó; nước trôi lờ lững không đủ để nói hết cái tình của nó; màu xuân ngất ngất không đủ để nói hết cái hòa của nó; cột buồm lộng gió và cái vó ngựa chiến trường không đủ để nói hết cái dũng của nó.", những đặc điểm này nếu đem qui chiếu vào tắc *Hùng hồn* của Tư Không Đồ, thơ Hạ cũng được cái gọi là "hoang hoang du vân, liêu liêu trường phong", mây trôi lớp lớp mênh mông và gió thổi hiu hiu; đó cũng là điều được gọi là "đại dụng ngoại phì", sự no đủ, phì nhiêu về hình thức. Nhưng nếu cái no đủ phì nhiêu của một trưởng giả do sự bổ dưỡng, ăn nhiều mà bên trong không có một chút khí lực, vẻ đẹp ấy không thể so với một đạo gia dày công hàm dưỡng, cái bụng của ông chứng tỏ sự sung mãn của khí lực. Như vậy, thơ Hạ, theo nhận định này, coi như thiếu cái "chân thể nội sung". Với thể xác, "ngoại phì" đòi hỏi công phu tập luyện khí lực; với thơ, đó là kinh nghiệm lịch lãm giữa đời.

Cho nên, hư sức của một nhà thơ lão thành, qua bao nhiêu chứng kiến dâu biển của tình đời, nó hồn nhiên và do lịch lãm mà tạo hùng khí cho lời thơ. Trong thơ ấy, bao hàm vạn vật, bủa khắp thái không: "Cụ bị vạn vật, hoành tuyệt thái không". Nó siêu việt mọi hiện tượng thiên nhiên, vẻ đẹp dù tưởng như chỉ có nơi Bồng Lai tiên cảnh nào đó, nhưng có thể bắt gặp ngay trong nhân gian: "Siêu dĩ tượng ngoại, đắc kỳ hoàn trung".

Cố nhiên, không phải chúng ta hoàn toàn coi phẩm bình của Tư Không Đồ là xác thiết. Chúng một phần ảnh hưởng tính cách, phong vận hùng hồn của Đạo gia, của Trang Tử. Ghép Hạ vào đó cho kỳ được, là một ép buộc bất công. Dù vậy, chúng không phải không có một khía cạnh xác đáng. Lấy thí dụ giữa thơ của Đỗ Phủ, của Lý Bạch và Lý Hạ, tính chất diễm lệ của họ khác xa nhau. Trong diễm lệ của Đỗ Phủ và Lý Bạch, người đọc dễ rung động hơn của Hạ. Chắc chắn những lịch lãm của Lão Đỗ và Trích Tiên khiến lời thơ của họ gần gũi nhân tình hơn. Đó là điều Hạ không thể có, hay xác đáng hơn, chưa thể có. Đọc các bài *Thu hứng* của Đỗ Phủ và *Thanh bình điệu* của Lý Bạch cũng đủ cho thấy những dị biệt vì tính cách diễm lệ của từ thơ.

Thơ Hạ có thể thiếu tính cách hùng hồn với nhận định rất nghiêm khắc, nhưng không hẳn cũng thiếu xót hùng khí, tức thiếu điều mà tắc thứ 8 của *Thi phẩm* gọi là *Kính kiện*:

行神如空
行氣如虹
巫峽千尋
走雲連風
飲真茹強
蓄素守中
喻彼行健
是謂存雄
天地與立
神化攸同
期之以實
御之以終。
（司空圖二十四詩品勁健）

Hành thần như không
Hành khí như hồng
Vu giáp thiên tầm
Tẩu vân liên phong
Ẩm chân như cường
Súc tố thủ trung
Dụ bỉ hành kiện
Thị vị tồn hùng
Thiên địa dữ lập
Thần hoá du đồng
Kỳ chi dĩ thật
Ngự chi dĩ chung.

(Tư Không Đồ: *Nhị Thập Tứ Thi Phẩm, Kính Kiện*)

Một nhà võ nếu nội lực sung mãn, khi đưa ra bất kỳ chiêu thức nào, dù nhẹ nhàng như Lạc anh chưởng hay trầm hậu như Giáng long thập bát chưởng, kình lực vẫn có thể áp đảo Thái sơn như nhau. Kình lực phát ra nơi bài thơ cũng phải vậy: Thần thì lưu loát bao la như hư không, và khí thì ngun ngút như mống cầu vồng: "Hành thần như không, hành khí như hồng". Nhìn vào chỗ phát tác của kình lực, khách thưởng thức có thể thấy sự hiểm nghèo của nó như ngọn Vu sơn cao nghìn trượng, cuồn cuộn gió thổi mây bay: "Vu giáp thiên tầm, tẩu vân liên phong". Căn bản của kình lực vẫn đòi hỏi công phu hàm dưỡng lâu năm. Chưởng pháp được phát tác mà không có căn bản súc tích của kình lực, sự hùng hổ của nó chỉ hời hợt. Nhưng kình lực thơ của Hạ vốn là một căn bản thiên phú. Cho nên, những lời tán dương của Hàn Dũ không phải quá khoa đại. Sau hết, ở đây chỉ cần bàn thêm một tắc nữa của *Thi phẩm*. Đó là *tắc* thứ 19, *Bi khái*:

大 風 卷 水
林 木 為 摧
意 苦 若 死
招 憩 不 來
百 歲 如 流
富 貴 冷 灰

大道日喪
若為雄才
壯士拂劍
浩然彌哀
蕭蕭落葉
漏雨蒼苔。
（司空圖二十四詩品悲 慨）

Đại phong quyển thủy
Lâm mộc vi tồi
Ý khổ nhược tử
Chiêu khế bất lai
Bách tuế như lưu
Phú quý lãnh hôi
Đại đạo nhật táng
Nhược vi hùng tài
Tráng sĩ phất kiếm
Hạo nhiên di ai
Tiêu tiêu lạc diệp
Lậu vũ thương đài.
(Tư Không Đồ: *Nhị Thập Tứ Thi Phẩm, Bi Khái*)

Thơ trước hết là tiếng nói của bi phẫn. Từ kinh Thi cho đến Khuất Nguyên, sự bi phẫn được phát tiết đến chỗ tuyệt diệu. Đời Đường, thơ của Mạnh Đông Dã cũng chứa đầy những cảm khái bi thương. Ở đây, cảm khái bi thương được mô tả như trận gió lớn cuộn sôi mặt nước, như cây rừng gãy ngã, đau khổ như đối đầu với cái chết.

Nó cũng là sự cảm khái với ngày tháng qua mau, đi mà không trở lại; tấm lòng đã nguội lạnh với giàu sang; như tráng sĩ vung kiếm mà ca; như những chiếc lá rơi rụng tiêu điều; như những giọt mưa tỉ tách trên lớp rong rêu.

Tình tự bi phẫn là đặc điểm nổi bật nhất trong thơ Lý Hạ. Bởi vì, phong cách diễm lệ nơi thơ của Hạ vốn là tài năng thiên phú, chỉ có những uất hận bi thương mới là những gì Hạ lịch lãm. Có điều, sự lịch lãm ấy vây khốn Hạ trong thế giới riêng biệt, mà tuổi đời chưa đủ để trở thành lịch lãm trong kinh nghiệm nhân sinh. Thơ Hạ, vì vậy, vẫn bị coi là hoang đãng.

Một tấm lòng của Kinh Kha

1

Lý Bạch, tiên tài, cho một thế giới thần tiên, ngoài cuộc thế. Đỗ Phủ, nhân tài, giữa những người cùng khốn. Lý Hạ, quỷ tài, cho những oan hồn chứa đầy u hận, hay chỉ là xảo thuật ma quái của vần điệu?

Cũng có thể, quỷ tài được hiểu như là một thiên tài quái dị, mà ngôn ngữ được sử dụng trên mức độ ma thuật, ngụy quyệt. Đó là tư chất thiên phú, với những tưởng tượng đầy tính siêu thực. Sử dụng thi ca y như thủ pháp ma thuật không phải chỉ là một kỹ xảo. Đằng sau từ điệu huyễn hoặc còn ẩn chứa một thế giới huyễn hoặc; thế giới của thần mộng và cô liêu, có thể gọi như vậy. Trong tận cùng sâu thẳm đó là gì; có lẽ chúng ta không thể tìm đến chỉ do sự thúc đẩy của bản tính hiếu kỳ, mà phải đến bằng tất cả những lời kêu gọi thống thiết của định mệnh nhân sinh. Bởi vì, khi Nguyễn Du viết *Văn tế thập loại chúng sinh*, người ta có thể nhìn thấy tường tận cái tâm trạng của Người chăng? Hay có thể phát kiến một bối cảnh xã hội nào đó của tâm trạng ấy chăng? Văn tế có đoạn viết:

Trong trường dạ tối tăm trời đất
Xót khôn thiêng phảng phất u minh
Thương thay thập loại chúng sinh
Phách đơn hồn chiếc lênh đênh quê người
Hương khói đã không nơi nương tựa
Phận mồ côi lần lữa đêm đêm
Còn chi ai khá ai hèn
Còn chi mà nói ai hiền ai ngu.
(Nguyễn Du, *Văn tế thập loại chúng sinh*)

Dĩ nhiên, những lời đó không phải là những lời tự tình của quỷ. Chúng đích thực là một tấm lòng hoài vọng khốn khổ của con người, trước cái định mệnh lưu đày mà cuộc Lữ giới hạn trên đoạn đường từ sống đến chết. Sống và chết giữa cô đơn tuyệt đối và miên viễn; mà quê hương là một đồng vọng ngậm ngùi trong thế giới u minh, trong đêm dài tăm tối.

Vậy, những lời thế nào mới đích thực được gọi là những lời của quỷ?

Một truyện kể của Tô Đông Pha[89]: người con trai của Lý Đào, thông phán Từ châu, 17 hay 18 tuổi, vốn không biết làm thơ. Đột nhiên vịnh bài thơ "hoa rụng"[90] rằng:

---

[89] *Tô Thức văn tập*, quyển 68.
[90] Nguyên Hán: lạc hoa 落花. – HT.

流水難窮目
斜陽易斷腸
誰同砑光帽
一曲舞山香

Lưu thủy nan cùng mục
Tà dương dị đoạn trường
Thùy đồng nha quang mạo
Nhất khúc vũ sơn hương.

Nước cuộn mòn con mắt,
Bởi vì nước trôi mãi vào cõi xa mù,
xa mút tầm mắt.
Tà dương lắm đọa đày.

Tà dương dễ khiến đoạn trường, bởi vì tà dương giục dã sự lớn dần của sa mạc hoang liêu; khi ánh nắng chiều rọi nghiêng bên sườn núi, khiến cho lòng người cảm thấy se sắt.

Chuyện kể rằng, người cha sau khi nghe đứa con trai đọc bài thơ này, giật mình, hỏi dựa vào đâu. Và do đó ông biết câu chuyện về "nha quang mạo": Trong một cuộc hội yến quần tiên do Tây vương mẫu chiêu đãi, có người múa đội mũ nha quang[91], trên mũ cài hoa trâm. Hát chưa xong

[91] Nha quang mạo 砑光帽, tên một loại mũ được làm bằng thứ lụa (quyến) nha quang. Đường Nam Trác 南卓 *Yết cổ lục*: "Tiến 璡 thường đội mũ nha quyến (lụa) mà tấu nhạc. Vua tự tay ngắt một đóa cẩn đỏ đặt trên líp mũ. Cả hai thứ đều rất trơn, nên phải một lúc mới để yên

một bài ca "Vũ sơn hương"[92] thì hoa đã rơi rụng hết. Vậy thì, hai câu thơ cuối có thể chuyển thành lời cảm thán:

Chao ôi hương phấn rã,
Chưa dứt một bài ca.

Cảm hứng của một người không biết làm thơ, hay không sính thơ, mà lại bộc lộ một tâm trạng đầy ngậm ngùi và tha thiết; chừng đó có lẽ khá đủ để nói rằng đây quả nhiên là những lời của quỷ. Nếu thế, cái đọa đày của quỷ cũng là cái đày đọa của người; là những khổ lụy trước cảnh nước trôi và nắng chiều sắp tắt.

*

Một chuyện khác, về ma làm thơ. ***Thái Bình quảng ký***[93] chép:

Mùa xuân, năm Hội Xương nguyên niên (841), dưới triều vua Vũ Tông nhà Đường, có người hiếu liêm tên Hứa Sinh thi rớt, trở về Đông, trên đường về, ngang qua núi Thọ An trong thị trấn An Dương tỉnh Hà Nam, một trong tám đại đô thành cổ; định nghỉ đêm ở lữ điếm Cam Tuyền. Cách quán chừng một dặm, anh gặp một cụ già

được. Tiến tấu xong một khúc nhạc Vũ sơn hương mà hoa vẫn chưa rơi."

[92] Sơn hương vũ 山香舞, tên một nhạc khúc thời cổ.

[93] Lý Phưởng 李昉 (925-996): *Thái Bình quảng ký*, quyển 350, mục Quỷ (thi).

áo trắng cỡi con ngựa xám từ phía tây đi đến, người đi theo sau rất đông, mặt mày hớn hở sau cơn say, tinh thần phấn chấn. Cụ ngâm thơ sang sảng:

春草萋萋春水綠
野棠開盡飄香玉
繡嶺宮前鶴髮人
猶唱開元太平曲
(噴玉泉冥會詩八首白衣叟途中吟二首)

Xuân thảo thê thê xuân thủy lục
Dã đường khai tận phiêu hương ngọc
Tú lãnh cung tiền hạc phát nhân
Do xướng Khai nguyên Thái bình khúc.
(*Phún ngọc tuyền minh hội thi bát thủ - bạch y tẩu đồ trung ngâm nhị thủ*)

Cỏ mùa xuân xanh xanh, nước mùa xuân trong vắt
Hải đường hoang dã nở rộ hết, mà hương ngọc bay phất phơ.
Trước cung Tú Lãnh một người tóc trắng
Còn hát khúc ca "Khai nguyên thái bình".

Sinh; giục ngựa tiến lên, hỏi tên họ, cụ già cười, không trả lời. Rồi lại ngâm thêm một bài thơ:

厭世逃名者
誰能答姓名
曾聞三樂否
看取路傍情

Yếm thế đào danh giả
Thùy năng đáp tính danh
Tằng văn tam nhạc phủ
Khán thủ lộ bàng tình.

Người đã chán đời, chạy trốn danh, làm sao có thể báo tên họ? Anh đã bao giờ nghe ba loại nhạc[94] *chưa? Hãy nhìn xem tình của khách bên đường.*

Sinh biết ông cụ là quỷ hiện, bèn thôi không hỏi nữa. Anh tiếp tục đi theo sau, khoảng 2, 3 dặm, bấy giờ trời đã chiều tối. Khi đến phía tây gò Ngọc Tuyền, ông cụ cười mà nói với Sinh rằng: "Tôi nghe có 3, 4 vị quân tử ngày hôm nay nhân nhớ tưởng cảnh cũ mà dạo chơi suối này. Tôi đã được mời từ ngày hôm qua. Từ đây đi về phía nam, tôi không thể cùng đi chung với thầy được nữa." Hứa Sinh yêu cầu cùng đi chung, nhưng ông lão cười, không trả lời, lặng lẽ bỏ đi… Hứa Sinh lén đi theo, đến một nơi cách Cam Tuyền chừng một dặm, rình nấp trong một lùm cây, thấy ông lão cùng gặp gỡ một bọn khoảng bốn người, thảy đều có vẻ cao sang quyền quý; nhìn

---

[94] Tam nhạc 三樂: ba loại nhạc tế trời, tế đất và tế quỷ.

phục sức, đoán chừng là bốn vị đại thần trong triều. Ông lão thuật, mình đọc được một bài thơ của ai đó viết lên cột nhà. Rồi ông ngâm cho mọi người cùng nghe, trong đó, hai câu cuối:

六合茫茫悲漢土
此身無處哭田橫

Lục hiệp mang mang bi Hán thổ
Thử thân vô xứ khốc Điền Hoành.

Trời đất mênh mông, buồn thay, thảy đều là đất nhà Hán mà thân này không có chỗ dung, để khóc Điền Hoành![95]

Nghe xong, một trong bốn vị nói: "Tôi nhận ra tác giả rồi. Há không phải là gã học trò chịu ơn tôi nơi Y Thủy chăng?"

Người viết tuy cố ý tạo nên bí ẩn, nhưng vẫn không cố ý che giấu lai lịch của những hồn ma này. Thì ra, đây là bài thơ của Lý Cửu điếu Vương Nhai[96]. Vậy thì, những hồn ma hội thơ

---

[95] Điền Hoành 田横: Điền Hoành được nói đến trong thơ chính là thân vương nước Tề. Nước bị Tần diệt. Về sau, Hoành cử binh chống lại Hạng Vũ, khôi phục nước Tề, nhưng rồi bị Hàn Tín nhà Hán đánh bại, ông cùng 500 khách chạy ra hải đảo. Sau khi nhà Hán thống nhất thiên hạ, Hán Cao tổ gọi Điền Hoành cùng khách của ông vào triều phong tước. Điền Hoành không chịu, bèn tự sát. 500 người khác hay tin Điền Hoành tự sát, thảy cùng tự sát chết theo.

[96] 王涯（764-835）tự Quảng Tân 廣津 người Thái

này là bốn vị đại quan Tể tướng triều vua Văn Tông bị bọn hoạn quan thảm sát trong vụ án gọi là "Cam lộ chi biến". Cụ già áo trắng chính là nhà thơ Lư Đồng, tuy suốt đời không liên hệ gì đến quan trường, nhưng vô tình đến thăm Vương Nhai vào ngày thảm sát mà bị giết lây.

Hai bài thơ trên đây cùng được chép trong *Toàn Đường thi*, quyển 562, ghi là thơ của Lý Cửu (đời Đường), trong số 8 bài mà các hồn ma cùng ngâm vịnh tại cuộc hội thơ ma ở Phún Ngọc tuyền. Bài thơ do cụ già áo trắng ngâm, *Toàn đường thi*, quyển 723, chép là của Lý Đồng, tựa đề là "Tú lãnh cung từ 繡嶺宮詞" với một vài chỗ khác nhau như sau:

春日遲遲春草綠
野棠開盡飄香玉
繡嶺宮前鶴髮翁
猶唱開元太平曲

Xuân nhật trì trì, xuân thảo lục
Dã đường khai tận phiêu hương ngọc
Tú lĩnh cung tiền hạc phát ông

Nguyên 太原, đỗ tiến sĩ vào niên hiệu Trinh Nguyên thứ 8 (792), làm quan đến chức Tể tướng, sau vì *Sự biến cam lộ* thất bại, bị chém ngang lưng dưới gốc cây liễu nơi góc tây nam Tử Thành, đầu bêu ngoài Hưng An môn, gia quyến đều bị tận diệt. – HT.

Do xướng Khai nguyên Thái Bình khúc.

Cung từ là một thể thơ hay từ mà chủ đề thường là những chuyện tế toái trong cung đình. Tú lĩnh, là những ngọn núi quanh Ly sơn nơi có hành cung gọi là Hoa thanh cung của Đường Huyền tông. Khi Huyền tông cùng Dương quý phi lên Hoa thanh cung hưởng lạc, mang theo cả nhạc đội Lê viên tử đệ; họ ở bên Tú lĩnh. Bài thơ miêu tả những ngày vui đi qua, những khóm hải đường, một thời sang quý, bây giờ chỉ là hoa dại, mà những cánh hoa, đài hoa để gió mặc tình thổi cuốn mùi hương bay đi. Trước cung, một lão già tóc trắng như cánh chim hạc, có lẽ một thời nhạc công trong đám Lê viên tử đệ thời, nay trong nỗi luyến tiếc ngày xưa, vẫn còn ngâm bài ca Khai nguyên Thái Bình khúc[97].

Thay vì *Ngày xuân chậm chạp, cỏ xuân biếc* như trong bài này, thì trong bài thơ ma dẫn trên đọc là *Cỏ xuân xanh rờn, nước xuân biếc*. Không biết là mượn lời thơ của người, hay người mượn lời ma để phơi bày tâm sự. Dù ma hay người, vẫn một sầu thiên cổ với nỗi uất hận oan khiên. Nỗi hờn vong quốc, tâm sự của khách lưu đày.

---

[97] Niên hiệu Khai Nguyên là những năm thịnh vượng của triều đại Huyền tông. Về sau, do say mê Quý phi họ Dương, bỏ phế triều chính, khiến xảy ra loạn An Lộc Sơn; vua phải bỏ kinh thành chạy trốn, rồi Dương quý phi bị thắt cổ nơi Mã ngôi.

Danh vọng, quyền lực, mưu sự bất thành, cho đến chết mà uất hận không tiêu, có lẽ cũng phần nào tỉnh ngộ:

鳥啼鶯語思何窮
一世榮華一夢中

Điểu đề oanh ngữ tứ hà cùng
Nhất thế vinh hoa nhất mộng trung.

Chim hót oanh ca, ý tứ không cùng. Một đời vinh hoa chỉ trong một giấc mộng. Cũng là hai câu thơ của hồn ma Thư Nguyên Dư, chức quan Đồng Bình chương sự (hàm Tể tướng), bị thảm sát trong vụ án Cam lộ.

Có lẽ chúng ta cũng nên đọc thêm một vài lời ma khác nữa.

Tô Đông Pha, khi luận về những lời thơ này, cho rằng đấy là những lời của tiên và của quỷ; hoặc giả, nếu là của loài người, thì cũng chỉ có thể là những lời được nói trong chiêm bao.[98]

忽然湖上片雲飛
不覺舟中雨濕衣
折得荷花渾忘却
空將荷葉蓋頭歸

[98] Dẫn theo *Thiều Khê ngư ẩn tòng thoại* 苕溪渔隐丛话, quyển 58.

Hốt nhiên hồ thượng phiến vân phi
Bất giác châu trung vũ thấp y
Chiết đắc hà hoa hồn vong khước
Không tương hà diệp cái đầu qui.

Hốt nhiên trên hồ một áng mây trôi
Bất giác trong thuyền mưa đẫm áo
Ngắt cọng hoa sen rồi quên mất
Chỉ trơ là sen che đâu trở về.

浦口潮来初渺漫
蓮舟溶漾采花難
芳心不愜空歸去
會待潮回再摘看

Phố khẩu triều lai sơ diểu man
Liên châu dung dạng thái hoa nan
Phương tâm bất khiếp không qui khứ
Hội đãi triều hồi tái trích khan.

Phố khẩu sóng lên xa mù man mác
Cánh thuyền sen lắc lư khó hái hoa
Tấm lòng cỏ non không thỏa, trở về không
Còn đợi sóng lui sẽ ngắt nữa.

爷娘送我青楓根
不記青楓幾回落
當時手刺衣上花
今日為灰不堪著

Gia nương tống ngã thanh phong căn
Bất ký thanh phong kỷ hồi lạc
Đương thời thủ thích y thượng hoa
Kim nhật vi hôi bất kham trước.

Gia nương đưa ta rễ phong xanh
Không nhớ phong xanh mấy lần rụng
Ngày xưa tay rứt hoa trên áo
Ngày nay thành tro không nỡ cài.

惆悵金泥撲蝶裙
春来猶見伴行雲
不教布施剛留得
恰似知逢李少君

Trù trướng kim nê phác điệp quần
Xuân lai do kiến bạn hành vân
Bất giao bố thí cang lưu đắc
Hiệp tợ tri phùng Lý thiếu quân.

Bùi ngùi phách quế phơ phất ống quần
Xuân về còn làm bạn áng mây trôi
Không hề cho hết Cang lưu đắc (?)
Dường thể tao phùng Lý thiếu quân.

卜得上峽日
秋江風浪多
巴陵一夜雨
腸断木蘭歌

Bốc đắc thượng giáp nhật
Thu giang phong lãng đa
Ba lăng nhất dạ vũ
Trường đoạn mộc lan ca.

Chọn được ngày lên đèo
Sông thu sóng gió nhiều
Ba lăng một đêm mưa
Ruột đứt hoa mộc lan.

Lời quỷ mà như vậy thì đáng yêu hơn là đáng sợ. Chúng được kể là của quỷ, không phải vì tình tự hoang đường, mà chỉ do sự hoang đường của ngẫu hứng.

Dậu dương tạp trở[99] chép: Khoảng niên hiệu Nguyên Hòa có người học trò, không rõ họ tên, nhân say nằm trong sảnh, khi tỉnh dậy thấy trên bình phong có một người đàn bà đứng đợi. Người ấy bước đến bên giường, múa và ca rằng:

長安女兒踏春陽
何處春陽不斷腸
舞袖弓腰渾忘却
蛾眉空帶九秋霜

Trường An nữ nhi đạp xuân dương
Vô xứ xuân dương bất đoạn trường

[99] Nguyên Hán: 酉陽雜俎, tiểu thuyết gồm 30 quyển do Đoàn Thành Thức 段成式（803-863）tự Kha Cổ 柯古, thời Đường biên soạn. – HT.

Vũ tụ cung yêu hồn vong khước
Nga mi không đới cửu thu sương.[100]

Con gái Trường An đạp nắng xuân
Không đâu nắng xuân không đoạn trường
Cánh áo eo cong quên vũ khúc
Mày ngài trơ trọi đọng sương thu.

Khi ấy, có một cô gái thắt hai bính tóc, hỏi: "Lời ca nói ***eo cong***. Eo cong như thế nào?" Vũ nữ kia bèn ngửa đầu ra sau, tóc dài chấm đất, eo cong như hình cánh cung. Gã học trò kinh sợ, cất tiếng la; bỗng nhiên những người ấy biến mất, trên bình phong không còn ai.

Hồn ma nhìn nắng xuân mà tiếc nuối, phải chăng hồn thiếu nữ thác oan; nắng xuân vẫn còn mà tuổi xuân đã mất?

*

2

Trên đây là những bài được kể là thơ của quỷ. Cũng nên biết các nhà nho đồ đệ Khổng môn hiểu thế nào là quỷ; vì đức Khổng từ chối nói về quỷ: *tử bất ngữ quái lực loạn thần* 子不語怪力亂神.

---

[100] *Dậu dương tạp trở*, quyển 14 酉陽雜俎 卷十四.

Hàn Dũ luận về "Nguyên quỷ" có nói:

"Nghe có tiếng gọi trên tường nhà, xách đèn đến mà soi thì không thấy gì cả. Đấy là quỷ ư? Không phải. Bởi vì quỷ thì không có tiếng nói.

"Thấy có người đứng ở nhà trên, đến gần để nhìn thì không thấy gì cả. Đấy là quỷ ư? Không phải. Bởi vì quỷ vốn không hình.

"Cảm giác có cái gì đụng chạm đến thân mình, vói bắt theo, không nắm được gì hết. Đấy là quỷ ư? Không phải. Bởi vì quỷ vốn không tiếng, không hình, thì đâu có khí.

"Quỷ vốn không tiếng, không hình, không có khí; vậy quả thực không có quỷ sao?

"Thưa: cái có hình mà không có tiếng, ấy là đất đá. Cái có tiếng mà không có hình, ấy là gió và sấm. Cái có tiếng và có hình. Ấy là người, là thú. Cái không tiếng, không hình, ấy là quỷ thần vậy…"

Sau đó, ông luận về những tai họa của quỷ. Ông nói, những thứ tai họa ấy không phải đến từ quỷ; chỉ là những cảm ứng phát hiện từ các hành vi vủa loài người.

Đây không phải là một bảng luận giải và phân tích tâm lý về sự kiện quỷ ám. Luận về "Nguyên quỷ" của Hàn Dũ không nói đến những tâm tình u ẩn mà chúng ta có thể tìm thấy nơi ca thi của Lý Hạ. Bởi vì, trong đó thế giới ma quỷ đầy những đau khổ đọa đày một linh hồn bị rẻ rúng; những uất hận về ước mơ không thành tựu.

Đời sống của con người, nhìn theo con mắt hiện thực nào đó, có thể là hình ảnh lãng mạn và bi hùng, như một lữ khách đi trong gió thu; của ngọn lửa nhiệt tình bốc cháy mãi và tan biến mãi vào hư không. Cũng đời sống ấy, trong con mắt của ẩn tình u ám, có thể là những tiếng hát hồn nhiên của một Mán nữ trên đồi núi bao la, tịch mịch, giữa màu xanh bát ngát hoang liêu điểm xuyết những đóa hoa màu máu và long lanh như nước mắt. Máu của thù hận và nước mắt của thương yêu; đó là tinh thể của ma quỷ. Thù hận ấy quả thực là vô nghĩa, phi lý. Vì ước mơ quá xa xôi, không hiện thực, khó che giấu được cái mà người ta gọi là cuồng vọng vô biên không thể tha thứ. Cho nên, nước mắt ấy cũng chỉ là dấu hiệu của sự đọa đày vô nghĩa. Người ta chọn định mệnh cho mình bằng ước mơ. Khi định mệnh đến đập cửa, thì máu không đủ để rửa sạch thù hận và nước mắt không đủ để làm ngọt tinh chất của tình yêu:

秋雨晴時淚不晴

Thu vũ tình thời lệ bất tình
(Tô Đông Pha)

Mưa thu đã tạnh mà nước mắt không hề quạnh ráo: âm hưởng của quỷ là như thế. Hoặc khác hơn thế; như *Văn tế* của Nguyễn Du:

Giàu sang càng nặng oán thù
Máu tươi lai láng xương khô rã rời
Đoàn vô tự lạc loài nheo nhóc
Quỷ không đầu kêu khóc đêm mưa
Đã hay thành bại là cơ
Mà u hồn biết bao giờ cho tan.

Hồn không tan, vì uất hận bị chôn vào trong cổ mộ tối tăm; vì máu chưa thể khô để trở thành cát bụi. Thơ quỷ của Hạ có lúc vang đầy âm hưởng tanh hôi. Đó là giọt máu hận của một tâm hồn se sắt trong trận gió cuốn mùa thu, khô héo bởi những chiếc lá vàng phiêu hốt bất định. Gió thu thổi qua cây ngô đồng, người trai trẻ bàng hoàng kinh sợ, cay đắng. Gió thu nhẹ, hiu hắt, không đủ sức làm giông bão cuốn lên những trận mây vần, đá lở; nhưng nó làm tiêu hao tâm trí, làm bạc màu mái tóc thanh xuân, giữa những tiếng trùng, tiếng dế rỉ rả lạnh buốt da trong bóng đèn leo lét: *hồn ma thui thủi điểm bông tùng*. Một mái tóc xanh cúi gầm trên trang sách, mặc tình mối mọt vẽ thành những cánh hoa phù du của mộng tưởng, và đoạn trường, lên đó. Trong bóng đèn, mộng tưởng bồi hồi, từng khúc ruột kéo thẳng. Mưa lạnh, hồn ma khóc khách văn chương. Trên gò thu, những xác lá vàng chất thành nấm mộ của mùa thu, quỷ hát bài thơ bằng giọng tanh hôi. Máu hận nghìn năm trở thành hạt ngọc bích trong lòng đất. Đây có phải là thơ quỷ với những tình tự hoang đường của quỷ? Đó là một mùa thu của Hạ:

秋來

桐風驚心壯士苦
衰燈絡緯啼寒素
誰看青簡一編書
不遣花蟲粉空蠹
思牽今夜腸應直
雨冷香魂吊書客
秋墳鬼唱鮑家詩
恨血千年土中碧

Thu lai

Đồng phong kinh tâm tráng sĩ khổ
Suy đăng lạc vĩ đề hàn tố
Thùy khan thanh giản nhất biên thư
Bất khiển hoa trùng phấn không đố
Tư khiên kim dạ trường ưng trực
Vũ lãnh hương hồn điếu thư khách
Thu phần quỷ xướng Bào gia thi
Hận huyết thiên niên thổ trung bích.

Mùa thu đến

Gió heo may hãi hùng tráng sĩ
Ngọn đèn lu dế rỉ se da
Tóc ai ôm quyển ngồi trơ
Chữ chen phấn mọt phủ mờ bóng đêm

Buồn thẳng ruột rủ mềm tư lự
Quỷ dầm mưa réo nợ văn chương
Đồi thu giọng quỷ sình trương[101]
Nghìn thu ngọc biếc vùi chôn máu thù.

Quả vậy, thơ Hạ đáng nói là sự kết tinh của cừu hận. Tâm hồn của một nhà thơ lúc nào cũng là tâm tình lữ thứ lưu đày nơi đất Trích. Đời sống khốn quẫn đẩy Hạ vào thế giới u ám. Nơi đó, sự cô độc gặm nhắm:

蟲響燈光薄
宵寒藥氣濃
君憐垂翅客
辛苦尚相從
（昌谷讀書示巴童）

Trùng hưởng đăng quang bạc
Tiêu hàn dược khí nùng
Quân liên thùy sí khách
Tân khổ thượng tương tùng
(*Xương cốc độc thư thị ba đồng*)

Sâu vang, đèn bóng nhạt,
Khuya lạnh, thuốc hơi nồng;

---

[101] Bào gia thi 鮑家詩, thơ của nhà họ Bào, chỉ Bào Chiếu 鮑照 (414-466), tự Minh Viễn 明遠, triều đại Nam Tống. Tương truyền bài thơ "Thay hành khúc Cao lý" 代蒿里行 của ông lời lẽ chân tình thống thiết cảm đến cả ma quỷ.

Chú thương người rủ cánh,
Cay đắng vẫn một lòng.

Ấy là những lời Hạ tâm sự với Ba Đồng, một người tớ tiểu đồng trung thành, an ủi Hạ trong những thất bại và tuyệt vọng. Hạ tự ví mình như con chim rủ cánh, không còn ý chí bay cao. Rồi Hạ thác lời của Ba Đồng:

巨鼻宜山褐
龐眉入苦吟
非君唱樂府
誰識怨秋深

Cự tị nghi sơn hạt
Bàng mi nhập khổ ngâm
Phi quân xướng nhạc phủ
Thùy thức oán thu thâm.

Tôi mũi to, áo vải[102]*;*
Cậu khan giọng cau mày.
Nghe ngâm thơ nhạc phủ,
Mới biết hận thu dày.

Thế giới ma quỷ như vậy trở thành một nơi thân thiết của Hạ. Nhà thơ yêu thương đất Trích, yêu thương dặm đường của khách Lữ bị lưu đày, yêu thương cảnh tượng u ám, đầy những hình ảnh quái dị và những đe dọa hãi hùng.

Những hình thù dị hợm và nhiều đe dọa của thế

[102] Sơn hạt 山褐, áo vải bố mà hạng người sơn dã mặc.

giới siêu thực ma quái ấy dù sao vẫn chưa phải là nơi đáng kinh sợ, trong sự an toàn của một cổ mộ bưng bít kín đáo; không đáng kinh sợ cho bằng thế giới hiện thực ngoài kia, thế giới của sa mạc; bởi vì ngoài đó, độc trùng và ác thú hiện thân người đứng chặn hết mọi nẻo đường, mọi ngóc ngách, không có con đường để bước tới.

Cảm giác mình bị người đời rẻ rúng khiến Hạ tìm đến an ủi của *Sở từ*, tự coi như mình cũng đồng cảnh ngộ của Khuất Nguyên, người ôm mối chân tình cô độc, một mình bàng hoàng nơi hoang dã. Phẫn nộ được ký thác vào những quái tượng sơn mị, yêu tinh, những dị hình của tạo vật. Hạ không có những uất ức nghẹn ngào như Khuất Nguyên. Sự khốn quẫn trong đời sống của Hạ, một cách nào đó, chỉ do tâm tình bất đắc chí nhất thời của một thiếu niên nhiều tự phụ về tài cao. Dù vậy, Hạ vẫn cảm giác linh hồn mình phiêu dạt giữa vô số hiểm nghèo. Bài thơ "Công vô xuất môn" của Hạ hiển nhiên chứng tỏ ảnh hưởng đậm đà của *Sở từ* "Chiêu hồn" của Tống Ngọc. Vì thương cảm Thầy mình là Khuất Nguyên, trung mà bị xua đuổi, hồn phách lênh đênh không nơi nương tựa, mạng sống như gần đứt, Tống Ngọc viết "Chiêu hồn" để gọi hồn Khuất Nguyên trở lại, may ra tuổi thọ tìm được chỗ an toàn:

魂兮歸來
去君之恒幹
何爲乎四方些
舍君之樂處
而離彼不祥些

Hồn hề qui lai
Khứ quân chi hằng cán
Hà vi hồ tứ phương ta
Xả quân chi lạc xứ
Nhi ly bỉ bất tường ta.

....

Hồn ơi về đi!
Thể xác mình sao bỏ
Mà long đong bốn phương sao?
Sao lìa nơi an ổn
Mà tìm chỗ không lành sao?

魂兮歸來
南方不可以止些
雕題黑齒
得人肉以祀
以其骨為醢些
蝮蛇蓁蓁
封狐千里些
雄虺九首
往來儵忽
吞人以益其心些

Hồn hề qui lai
Nam phương bất khả dĩ chỉ ta
Điêu đề hắc xỉ
Đắc nhân nhục dĩ tự
Dĩ kỳ cốt vi hải ta
Phúc xà trăn trăn
Phong hồ thiên lý ta
Hùng hủy cửu thủ
Vãng lai thúc hốt
Thôn nhân dĩ ích kỳ tâm ta.
....
Hồn ơi, về đi!
Phương nam không thể dừng được sao!
Mán mọi răng đen[103]*,*
Lấy thịt người cúng tế,
Dùng xương người làm tương sao[104]*!*
Rắn dữ ngổn ngang,
Chồn tinh nghìn dặm,
Hùng hủy[105] *chín đầu,*
Tới lui bất chợt,

---

103 雕題黑齒 *điêu đề hắc xỉ*. Điêu đề, chỉ các dân tộc Bách Việt cổ đại, tục lệ xâm mình. *Răng đen*, tục nhuộm răng đen của một số dân tộc khu vực Đông Nam Trung Quốc.
104 Tục dùng thịt người tế thần.
105 Hùng hủy 熊虺, một loại rắn độc cực kỳ to lớn, yêu quái chín đầu được kể trong truyền thuyết Trung Hoa.

Nuốt người để bổ tim chúng sao!

....

"Công vô xuất môn" (Ông đừng ra cửa) của Hạ phỏng theo những mô tả ấy, và cũng đáng được gọi là một bài "Tiểu Chiêu hồn":

天迷迷
地密密
熊虺食人魂
雪霜斷人骨
嗾犬狺狺相索索
舐掌偏宜佩蘭客
帝遣乘軒災自息
玉星點劍黃金軛
我雖跨馬不得還
歷陽湖波大如山
毒虬相視振金環
狻猊猰貐吐饞涎
鮑焦一世披草眠
顏回廿九鬢毛斑
顏回非血衰
鮑焦不違天
天畏遭銜齧
所以致之然
分明猶懼公不信
公看呵壁書問天

Thiên mê mê
Địa mật mật
Hùng hủy thực nhân hồn
Tuyết sương đoạn nhân cốt
Thốc khuyển ngân ngân tương sách sách
Thỉ chưởng thiên nghi bội lan khách
Đế khiển thừa hiên tai tự tức
Ngọc tinh điểm kiếm hoàng kim ách
Ngã tuy khóa mã bất đắc hoàn
Lịch dương hồ ba đại như sơn
Độc cầu tương thị chấn kim hoàn
Toan nghê khiết dũ thổ sàm diên
Bảo Tiêu nhất thế phi thảo miên
Nhan Hồi trấp cửu mấn mao ban
Nhan Hồi phi huyết suy
Bảo Tiêu bất vi thiên
Thiên úy tao hàm niết
Sở dĩ trí chi nhiên
Phân minh do cụ công bất tín
Công khan ha bích thư vấn thiên.

Trời mờ mờ,
Đất mịt mịt.
Hùng hủy nhai hồn người,
Sương tuyết gặm, xương đứt.
Chó tru oang oang níu kéo nhau;
Liếm sạch tay làm khách bội lan[106].

---

[106] Bội lan khách 佩蘭客, người kết hoa lan làm trang

Đế[107] *sai đưa xe, tai họa tan;*
Sao ngọc điểm kiếm[108]*, gọng xe hoàng kim.*
Ta tuy ruổi ngựa không về được;
Sóng hồ Lịch dương[109] *như núi ngất;*
Độc cầu[110] *nhìn nhau, khoen rổn rảng;*
Toan nghê, niết dũ[111] *sôi bọt mép.*

---

sức, chỉ phẩm chất cao quý, trong sạch. Khuất Nguyên tự miêu tả cốt cách của mình trong *Sở từ*.

[107] Đế, chỉ Thượng đế. *Sở từ*, "Chiêu hồn": 帝告巫陽曰：有人在下，我欲輔之。魂魄离散，汝筮予之。Thượng đế bảo bà bóng Vu Dương: "Dưới thế có người mà Ta muốn giúp. Vì hồn phách nó đang bị ly tán. Ngươi hãy gọi về cho Ta."

[108] 玉星點劍 *sao ngọc*: vụn ngọc lấp lánh như sao; kiếm cẩn vụn ngọc.

[109] 歷陽湖 hồ Lịch Dương; hồ nước trong huyện Lịch Dương, quận Cửu Giang, nước Hoài Nam. Trong huyện có bà già thường hành nhân nghĩa. Có hai người học trò báo cho bà biết, khi nào thấy khung cửa thành đông có máu thì hãy chạy lên núi. Bà thường xuyên đến cổng thành trông chừng. Lính gác thành hỏi, bà thuật y lời báo. Tên lính bèn giết gà, lấy máu bôi lên khung cửa thành. Lần sau khi đến cổng thành, nhìn tháy máu, bà vội chạy lên núi. Bấy giờ hồ trong huyện nổi sóng nhận chìm cả huyện. Truyện truyền kỳ, *Hoài nam tử*, quyển 2.

[110] Độc cầu 毒虬: con rồng có nọc độc, phun ra hơi độc. Truyền thuyết cổ đại Trung Quốc nói, con rồng nhỏ mà có sừng gọi là con Cầu.

[111] 狻猊猰貐 *Toan nghê*, tên gọi khác chỉ sư tử. *Niết* (hoặc đọc là *khiết*) *dũ*, quái thú đầu chim mình

Bảo Tiêu[112] *khoác cỏ ngủ một đời,*
Nhan Hồi[113] *hăm chín tóc đốm bạc.*
Không phải Nhan Hồi khí huyết suy;
Mệnh trời Bảo Tiêu không hề trái.
Nhưng trời sợ họ bị nghiến răng[114]*,*
Nên mới làm nên nông nỗi ấy.
Rõ ràng, còn sợ ông không tin.
Ông hãy xem: người rủa vách[115] *mà viết lời hỏi trời.*

*

---

người, hoặc được tả là mặt người mình trâu, hay mặt người người thân rồng, hoặc nói là đầu rồng mình cọp; xưa vốn hiền lành, nhưng bị thần sao Nguy giết chết. Thiên đế thương tình là con trai của Chúc Long nên làm cho sống lại. Sau khi sống lại nó trở nên hung ác, thành quái thú ăn thịt người. Về sau, bị vua Nghiêu sai Hậu Nghệ giết chết.

[112] Bảo Tiêu 鮑焦: ẩn sỹ đời nhà Châu, cùng thời với Tử Cống (môn đệ của Khổng tử. Ông thủ chí liêm khiết, tự cày ruộng mà ăn, tự đào giếng mà uống. Về sau, ông ôm gốc cây mà đứng chết khô.

[113] Nhan Hồi, đệ tử tâm đắc của Khổng Tử, chết yểu.

[114] *Bị nghiến răng*: bị hãm hại.

[115] Ha bích 呵壁: Khuất Nguyên bị ruồng bỏ, lang thang khắp núi, chằm, gặp miếu thờ các Tiên vương nước Sở, có vẽ cảnh trời đất, núi sông, thần linh, cổ Thánh Hiền, cũng là những chuyện hoang đường, quái vật. Khuất Nguyên bèn viết lên vách, trách mắng và hỏi. Từ *ha bích* ở đây dùng miêu tả sự phát tiết những điều bất mãn trong lòng.

3

Sự bi cảm của Tống Ngọc đối với Khuất Nguyên vô cùng tha thiết. Cung cách mô tả của "Chiêu hồn" với nhiều ảnh tượng siêu thực, và nhiều ám chỉ, khiến khó có thể thấy rõ chân tình của Ngọc đối với Thầy mình. Ở đây, chúng ta cũng nên đọc thêm một đoạn khác của Tống Ngọc, may ra thấy sát hơn tâm tình ấy, và nhờ đó để có thể hiểu được giới hạn đam mê *Sở từ* của Hạ. "Cửu biện" là một thiên *Sở từ* khác mà Tống Ngọc sáng tác để giải tỏa tâm sự ai oán của Khuất Nguyên, và cả của chính mình.

悲哉秋之為氣也
蕭瑟兮草木搖落而變衰
憭慄兮若在遠行
登山臨水兮送將歸
泬寥兮天高而氣清
寂寥兮收潦而水清
憯淒增欷兮薄寒之中人
愴怳懭悢兮去故而就新
坎廩兮貧士失職而誌不平
廓落兮羈旅而無友生
惆悵兮而私自憐
燕翩翩其辭歸兮
蟬寂漠而無聲
雁廱廱而南遊兮
鶤雞啁哳而悲鳴

獨申旦而不寐兮
哀蟋蟀之宵征
時亹亹而過中兮
蹇淹留而無成

Bi tai thu chi vi khí dã
Tiêu sắt hề thảo mộc dao lạc nhi biến suy
Liêu lật hề nhược tại viễn hành
Đăng sơn lâm thủy hề tống tương quy
Quyết liêu hề thiên cao nhi khí thanh
Tịch liêu hề thâu lạo nhi thủy thanh
Thảm thê tăng hy hề bạc hàn trung chi nhân
Sảng hoảng khoáng lượng hề khử cố nhi tựu tân
Khảm lẫm hề bần sĩ thất chức nhi chí bất bình
Quách lạc hề cơ lữ nhi vô hữu sinh
Trù trướng hề nhi tư tự lân
Yến phiên phiên kỳ từ quy hề
Thiền tịch mạc nhi vô thanh
Nhạn ung ung nhi nam du hề
Côn kê chù chiết nhi bi minh
Độc thân đán nhi bất mị hề
Ai tất suất chi tiêu chinh
Thì vỉ vỉ nhi quá trung hề
Kiển yêm lưu nhi vô thành

…

Buồn thay, hơi thu về.
Cỏ cây se sắt, héo tàn mà rơi rụng.
Thê lương thay chừng như đi xa,
Trèo non lội nước để đưa về.
Rỗng rang ôi, kìa trời cao trong vắt,
Vắng vẻ ôi, kìa nước lũ rút mà lắng.
Buồn thảm bi thương ôi như người trong cơn se lạnh.
Rầu rĩ xót xa ôi, bỏ cũ mà theo mới.
Cùng khốn thay, bần sĩ mất chức mà chí bất bình.
Trống trãi ôi lữ khách không bạn bè.
Than thở ôi mà thương cho mình.
Én bay chập chờn, thôi từ giã mà về,
Ve sầu nỉ non mà vắng vẻ.
Nhạn nhởn nhơ mà bay về nam thôi,
Gà sếu chiu chít buồn.
Sao mình ta thâu đêm mà không ngủ.
Dế buồn rỉ rả suốt đêm.
Thời gian thấm thoát quá nửa rồi
Mà ta khấp khểnh chẳng nên gì.

Dưới đây là một đoạn dịch của Trần Trọng San:

Thương thay hiu hắt khí thu!
Đổi màu cây cỏ, đến mùa điêu linh.
Buồn ai lê gót viễn hành,
Xuống giồng, lên núi, thương tình tiễn đưa
Khí thanh, trời thẳm, trơ vơ,

Quạnh hiu mưa tạnh, lặng tờ nước trong.
Hại người, khí tỏa lạnh lùng!
Bỏ xưa, theo mới, cho lòng buồn tênh.
Đường mây bần sĩ bất bình,
Lẻ loi đất khách vắng tanh bạn bè.
Tưởng mình chua sót, ê chề,
Ve không cất tiếng, én về nơi đâu?
Nhạn bay, gà gáy điệu sầu,
Dế bò đêm tối, mình sao thức hoài
Nửa năm thấm thoắt qua rồi,
Riêng ta lận đận đường đời dở dang.

Ảnh hưởng của *Sở từ* đối với Hạ không phải chỉ ở nơi những cung cách mô tả. Chính nơi Hạ cũng có nhiều chỗ chứng tỏ sự đam mê nó một cách đặc biệt, rất dễ thấy trong "Thương tâm hành":

傷心行
咽咽學楚吟
病骨傷幽素
秋姿白發生
木葉啼風雨
燈青蘭膏歇
落照飛蛾舞
古壁生凝塵
羈魂夢中語

Yết yết học Sở ngâm
Bịnh cốt thương u tố
Thu tư bạch phát sinh
Mộc diệp đề phong vũ
Đăng thanh lan cao yết
Lạc chiếu phi nga vũ
Cổ bích sinh ngưng trần
Cơ hồn mộng trung ngữ.

Sở từ khản giọng học ngâm,
Một thân cốt bịnh đau ngầm lòng son.
Vẻ thu tóc trắng đã dồn,
Lá cây đẫm lệ khóc tràn gió mưa.
Dầu lan[116] cạn bấc đèn mờ,
Chập chờn cánh bướm quạt lu bóng tàn.
Vách trơ ngày tháng bụi giăng,
Chiếc hồn lữ thứ mơ màng chiêm bao.

Bịnh hoạn và tóc trắng, không chỉ những ẩn dụ suông. Chúng là những ám ảnh và đau khổ thường trực. Bởi vì, chúng ta biết rằng tóc Hạ bắt đầu điểm bạc khi chưa quá 18 tuổi. Và thể chất của Hạ cũng gầy yếu. Nhưng trên hết, vẫn là một tâm hồn cô độc: đèn lu, dầu cạn, vách trơ

[116] Lan cao 蘭膏: thời xưa, người ta ép hạt lan chế biến làm dầu đốt đèn.

bụi bám, Hạ thấy linh hồn mình lang bạt và nói chuyện trong mơ.

Thế thì, Hạ đã đọc *Sở từ* với tất cả sự cay đắng khốn cùng, với cô liêu, với cảm giác trôi dạt.

Thất bại trên đường tiến thủ ngay khi tuổi chỉ mới 21. Những gì đáng gọi là cuồng ngạo và hùng thị của tuổi trẻ bị lâm vào bế tắc. Hạ bơ vơ lạc lõng giữa đất kinh kỳ. Đấy là những lúc Hạ tìm đến *Sở từ* như tìm đến một nơi nương tựa:

長安有男兒
二十心已朽
楞伽堆案前
楚辭系肘後
(贈陳商)

Trường an hữu nam nhi
Nhị thập tâm dĩ hủ
Lăng già đôi án tiền
Sở từ hệ chửu hậu
……..
(*Tặng Trần Thương*)

Chàng trai trẻ nơi Trường An;
Tuổi hai mươi, lòng đã nát.
Lăng-già chất trước mắt.
Sở từ đeo sau lưng.

Bài thơ được sáng tác lúc Hạ giữ chức Phụng lễ lang, một chức quan nhỏ phụ trách xướng đạo hướng dẫn trong các buổi tế lễ tông miếu. Tự phụ tài cao, nhưng bị cấm thi Tiến (tấn) sĩ vì kỵ húy cha.

Lý do Hạ bị cấm thi Tiến sĩ được Khang Biền kể lại trong *Kịch đàm lục*: Hạ nổi danh rất sớm, được Hàn Dũ hết sức tán thưởng. Nguyên Chẩn, nhà thơ danh tiếng đời Đường, xuất thân là Minh kinh cập đệ, muốn kết giao với Hạ. Khi đến tìm Lý Hạ, bị Hạ khước từ, cho rằng hạng Minh kinh cập đệ thì không xứng cho mình tiếp. Nguyên Chẩn vì thế mà thù oán. Khi Chẩn được bổ nhiệm làm Lang trung bộ Lễ, liền phản đối không cho Hạ dự thi Tiến sĩ, viện cớ cha tên Tấn (tiến)[117]. Cha Hạ tên Tấn Túc 晉肅. Tấn 晉 và tiến 進, tự dạng khác nhau nhưng do phát âm gần tương tợ. Câu chuyện có thể là bịa đặt, nhưng Hạ không được dự thi là sự thật. Hàn Dũ, dù danh vọng cao đương thời, viết đoản văn "Húy biện" để cố binh vực, vẫn không kết quả[118]. Con đường tiến thân như vậy hoàn toàn bế tắc.

Trong thời gian giữ chức Phụng lễ lang, ngụ tại xóm Sùng Nghĩa, kinh thành Trường An, những người bạn thân của Hạ được kể đến là bọn

---

[117] Đường Khang Biền, *Kịch đàm lục* 唐康駢(劇談錄).

[118] Tân Đường thư, "*Nghệ văn chí*" 新唐書藝文志, chép chuyện Lý Hạ bị cấm thi vì húy cha, nhưng không thấy nói chuyện Nguyên Chẩn.

Vương Tham Nguyên, Dương Kỉnh Chi, Quyền Cứ và Thôi Thực; trong đó không thấy nhắc đến Trần Thương, người được Hạ tặng thơ dẫn ở đây.

Trần Thương, tự Thuật Thánh, cháu 5 đời của Tuyên đế nhà Trần, đỗ Tiến sĩ năm Nguyên Hòa 9 (814); đó cũng là năm Hạ từ chức quan, trở về quê cũ. Hạ và Thương, cả hai đều rất được Hàn Dũ tán thưởng. Tuy không thấy nói về sự giao tình giữa hai người, nhưng trong thơ, Lý Hạ tỏ ra hâm mộ tài năng của Trần Thương:

淒淒陳述聖
披褐鉏俎豆
學爲堯舜文
時人責衰偶

Thê thê Trần Thuật Thánh
Phi hạt sừ trở đậu
Học vi Nghiêu Thuấn văn
Thời nhân trách suy ngẫu.

Lạnh lẽo Trần Thuật Thánh,
Áo vải, vừa cày ruộng vừa học lễ.
Học làm văn Nghiêu Thuấn,
Người đời chê là kém cỏi.

Điều đáng nói trong bài thơ này, là bộc lộ ý tưởng tự phụ của Hạ. Không chỉ ý nói người đời không đánh giá nổi Trần Thương, mà chính tự ví mình như vậy. Dù sao, Trần Thương vẫn còn cơ hội leo thang danh vọng, còn Hạ thì con đường trước mặt đã bế tắc, trong lúc đầu chưa bạc trắng. Tài năng hay cốt cách Trần Thương sừng sững cao vọi như núi Thái Hoa; Lý Hạ tài năng hẳn cũng không kém, nhưng, công khanh không ai biết đến, chỉ khư khư làm một nho sinh với chức quan nhỏ trong bộ Lễ, bao giờ Ông Trời mở mắt để nhìn thấy "cổ kiếm" gầm tiếng và bay vút lên cao? Với Trần Thương, chỉ là sự chê bai của người đương thời; hạng người kém cỏi; nhưng với Hạ thì chính Ông Trời cũng không có mắt:

天眼何時開
古劍庸一吼

Thiên nhãn hà thời khai
Cổ kiếm dung nhất hống

Thơ tặng Trần Thương, Hạ bộc lộ tâm tình nguội lạnh của mình, không còn chỗ ký thác nào nữa, duy chỉ Kinh *Lăng-già* chất trước án, và tập *Sở từ* quải sau lưng. Ôm *Sở từ* để ký thác tâm sự, điều này thì dễ hiểu, mặc dù vị trí xã hội cũng như về tuổi tác, Khuất Nguyên cách Lý Hạ quá xa. Nhưng, ở người ta không rõ Hạ tìm thấy chân lý gì về lẽ sống và chết trong kinh *Lăng-già*? Không đâu trong thơ của Lý Hạ dễ tìm thấy phảng phất ấn tượng của tư tưởng *Lăng-già*. Hoặc giả, như hai câu kệ của Kinh:

世間離生滅
猶如虛空華

Thế gian ly sinh diệt
Do như hư không hoa

Hạ tự ví tài hoa của mình đẹp như bông hoa cho đời; song le, bông hoa ấy như là hoa trời, thế gian không thưởng thức nổi. Tuy vậy, hoa trời trong *Lăng-già* ám chỉ bản chất vốn không sinh không diệt của thế gian, mà tâm tư của Hạ thì cay đắng vì đường đời trước mặt đã cụt.

Hoặc giả, với hai câu kệ khác,

遠離於斷常
世間恒如夢

Viễn ly ư đoạn thường
Thế gian hằng như mộng

Hạ đồng tình với Kinh rằng thế gian này chẳng gì khác hơn là một giấc mộng. Nhưng giấc mộng trong *Lăng-già* thì không gián đoạn cũng không thường hằng, sao tâm tư của Hạ thì chất đầy oán hận?

Có thể, đằng sau, hay bên dưới tầng sâu của tâm tư, xuyên những đảo điên thế sự, Hạ tìm nơi trú ẩn cho tâm tư đầy xáo trộn trong cảnh giới tịch mặc không sinh, không diệt, không đoạn, không thường? Thế giới ấy vượt ngoài ngôn ngữ, mà chính thể tính của ngôn ngữ trong thi ca cũng không thể vươn đến. Vậy thì, trong thế giới của Hạ, trước mắt là cõi vô ngôn tĩnh lặng của *Lăng-già*, và sau lưng là cuộc đời sóng gió của *Sở từ*.

Cho đến lúc không còn trông mong gì được ở bản lãnh văn chương của mình nữa, Hạ trở về Xương cốc. Nhưng chưa chắc hùng khí cao ngạo của tuổi trẻ đã mất hết. Có điều, Hạ không thoát ra ngoài cảm giác cay đắng trước sự bế tắc. Lại một lần nữa, bóng dáng của *Sở từ* xuất hiện giữa cảnh tượng tịch mịch hoang liêu nơi vườn bắc:

斫取青光寫楚辭
膩香春粉黑離離
無情有恨何人見
露壓煙啼千萬枝

Chước thủ thanh quang tả Sở từ
Nị hương xuân phấn hắc ly ly
Vô tình hữu hận hà nhân kiến
Lộ áp yên đề thiên vạn chi.

Bóc vỏ măng non chép Sở từ,
Nõn nà hương phấn đượm dòng thơ.
Vô tình vết hận nào ai thấy,
Khói phủ sương trùm vạn nhánh trơ.

Bóc vỏ măng non chép *Sở từ*, Hạ đau đớn với những đau đớn của lớp da bị bóc và bị khắc chữ vào đó. Đau khổ trước sự vô tình của khách đi ngang qua. Thế là ôm kín vết thương nhức nhối trong lòng giữa sự hờ hững của người đời. Dâng hết tuổi xuân và tài hoa của mình cho đời, mà đời lại rẻ rúng.

Trong bài tựa giới thiệu ca thi của Lý Hạ, Đỗ Mục quả quyết thơ Hạ là miêu duệ của *Ly tao*; mặc dù có kém về lý, nhưng có thể hay hơn về lời. Các nhà phê bình Hạ về sau cũng có những quả quyết tương tợ.

Văn tâm điêu long[119] chỉ điểm 8 đặc tính của *Sở từ*, trong số đó, chúng ta dễ dàng tìm thấy Hạ đã gặp được 4 điểm. Những đặc tính còn lại của *Sở từ* tất nhiên chính là điều mà Mục nói Hạ kém về lý, và hy vọng nếu Hạ sống thêm nữa để lịch lãm chuyện đời, ca thi của Hạ có lẽ không nhượng *Sở từ* một điểm nào hết.

Bốn đặc tính của *Sở từ*, như *Văn tâm điêu long* chỉ điểm, mà được coi là thiếu nơi Hạ, đó là xét về *thể*, về *chỉ*, về *nghĩa* và về *từ*[120]. Về thể, *Sở từ* mang tính chất "điển cáo" của *Kinh thư*, ca ngợi tư cách và pháp độ của Nghiêu, Thuấn, Thành Thang, Vũ Vương. Về chỉ, đó là tính cách "qui phúng", chỉ trích tư cách của Kiệt,

---

119 Lưu Hiệp (đời Lương) 梁.劉勰: *Văn tâm điêu long*, thiên thứ 5, "Biện Tao" 文心雕龍辨騷第五.

120 Bốn điểm của *Sở từ* thiếu nơi thơ của Lý Hạ: 1. điển cáo chi thể 典誥之體; 2. quy phúng chi chỉ 規諷之旨; 3. tỷ hứng chi nghĩa 比興之義; 4. trung oán chi từ 忠怨之辭. Đỗ Mục, *Tựa Lý trường cát ca thi* 杜牧李長吉歌詩叙.

Trụ, có ý răn đời. Về nghĩa, tư cách của *Sở từ* hội đủ yếu tố của *Kinh Thi*, với những mô tả hoặc bằng so sánh, hoặc bằng ngẫu hứng, tức "tỉ, hứng". Về từ, đây là những lời oán hận chua cay nhưng cũng đầy chân tình tha thiết của *Sở từ*. Sự thực, bốn điểm kể trên chỉ bộc lộ rõ rệt nơi *Ly tao* chứ không phải tất cả *Sở từ*. Cho nên, riêng *Ly tao* được nâng lên ngang hàng với Kinh điển, được gọi là *Ly tao* kinh.

Bốn đặc điểm khác[121], chung cho tất cả *Sở từ*, vượt ngoài khuôn sáo kinh điển. Thứ nhất là từ, những lời "quỷ dị" với những hình ảnh: rồng, mây, xa xôi mà quái đản. Với *Ly tao*, đi thì ruổi ngọc cù, cỡi cánh phượng, sáng mai từ Thương Ngô, chiều đã đến Huyền Bồ…; biểu tượng siêu thực xa vời, nhưng hàm ngụ rất thiết thực: cửu trùng diệu vợi, tấm lòng trung khó tỏ với vua:

> *Thơ tôi bay biết bao giờ cho thấu,*
> *Hồn tôi bay biết bao giờ mới đậu*
> *Trên triều thiên ngời chói vạn hào quang.*
> (Hàn Mặc Tử)

Điểm thứ hai là "đàm", những luận bàn "quyệt quái", nói những dị hình quái trạng của tạo vật. Nơi "Thiên vấn" thì Khang Hồi làm nghiêng quả

---

[121] Bốn điểm: quỷ dị chi từ 詭異之辭; quyệt quái chi đàm 譎怪之談; quyến hiệp chi chí 狷狹之志; hoang dâm chi ý 荒淫之意.

đất; Di Nghệ bắn rụng mặt trời. Nơi "Chiêu hồn" thì Mộc Phu chín đầu, Thổ Bá ba con mắt… Tạo vật trong trời đất đã không tề chỉnh, cho nên đường đời có lắm cảnh tượng ngổn ngang.

Điểm thứ ba là "chí", tâm tình khe khắt, "quyến hiệp", khư khư ôm kín ước vọng của mình; như Bành Hàm giữ chặt lòng trung gieo mình xuống nước; như Tử Tư đâm cổ tự vận mà Ngô vương vứt xác xuống sông.

Điểm sau hết, "ý", những cảnh phóng túng của đời sống, trai gái chung chạ, rượu chè suốt ngày.

So với *Sở từ*, ca thi của Hạ mà được nói là kém lý, là vì Hạ không thể bằng Khuất Nguyên về tấm lòng "trung quân ái quốc". Tất nhiên, không hẳn Hạ không có một tấm lòng như thế. Nhưng tư cách của Hạ không thể so với tư cách của Khuất Nguyên; cho nên Hạ cũng chỉ ôm mối "cô trung", nếu có, đến mức độ vừa phải. Hạ không hề tỏ ra yêu thương và hoài vọng các bậc quân vương trong triều đại của mình cho bằng Khuất Nguyên. Cũng không phải vì thế Hạ đã dễ dàng nuôi dưỡng một thái độ phản kháng đối với triều đình. Trên một phương diện, Hạ không che giấu bất mãn các vua Đường với đời sống xa hoa trụy lạc của họ. Có thể Hạ đã gián tiếp kết án chế độ Đức Tông (trị 780-804) như là một chế độ "cọp dữ"; hoặc châm biếm thái độ bạc nhược và cảnh tượng khôi hài của quân đội Hiến Tông (trị 806-810) trong lúc xuất chinh. Cũng vậy, khi đi ngang qua hành cung Hoa Thanh, dấu vết của Huyền Tông còn lưu lại giữa sự u ám, mà thời đại vàng son xưa kia không đủ tư cách phong độ của một bậc thiên tử. Ngụ ý chỉ trích sâu xa khi Hạ gọi Huyền Tông là "Thục vương" mà chúng ta có thể thấy trong bài thơ "Đi qua Hoa thanh cung" 過華清宮 :

春月夜啼鴉
宮簾隔御花
雲生朱絡暗
石斷紫錢斜
玉碗盛殘露
銀燈點舊紗
蜀王無近信
泉上有芹芽

Xuân nguyệt dạ đề nha
Cung liêm cách ngự hoa
Vân sinh chu lạc ám
Thạch đoạn tử tiền tà
Ngọc uyển thịnh tàn lộ
Ngân đăng điểm cựu sa
Thục vương vô cận tín
Tuyền thượng hữu cần nha.

Quạ khóc đêm trăng bạc,
Rèm cung mấy lớp hoa.

Mây lên màu son nhạt,
Đá vỡ rong rêu tà.
Bát ngọc sương tàn đọng,
Đèn ngân điểm lụa xưa.
Thục vương đi biền biệt,
Bờ suối nụ cần trơ.

Bài thơ này không mang dấu vết của *Sở từ*. Phong cách của nó là phong cách chung của các nhà thơ đời Đường. Nhưng vẫn có cái riêng của nó: màu sắc u ám, hoang lương... Nó cũng gián tiếp cho chúng ta thấy rằng mỗi khi bóng dáng *Sở từ* xuất hiện, ca thi Hạ đắm chìm trong khối hận.

*

4

Cho nên, *Sở từ* nơi Hạ là sự kết tinh của tình và hận. Tương Phu nhân là một trong những nhân cách biểu tượng cho sự kết tinh này.

Nghiêu truyền ngôi cho Thuấn, và gả cho Thuấn hai người con gái của mình, Nga Hoàng và Nữ Anh. Vua Thuấn tuần thú phương Nam, chết tại Thương Ngô, chôn trên ngọn Cửu Nghi. Hai bà ôm tre khóc lóc. Nước mắt của họ đổ nhiều khiến tất cả tre trong vùng đất này trở thành tre đốm. Rồi hai bà gieo mình xuống sông Tương mà chết. Dân chúng quanh đó lập miếu thờ, coi như là nữ thần của sông Tương. Khuất Nguyên bị biếm trích đến đây, tỏ ra bi cảm vô cùng tấm lòng chung thủy ấy. "Tương Quân" 湘君 trong "Cửu ca" của *Sở từ* rõ ràng là chứng tích của bi cảm này.

Tình chung thủy của Tương Phu nhân và tấm lòng cô trung của Khuất Nguyên, cả hai có vẻ kích động nơi Hạ một ấn tượng sâu đậm. Hạ viết bài ca "Tương Phi" 湘妃:

筠竹千年老不死
長伴秦娥蓋湘水
蠻娘吟弄滿寒空
九山靜綠淚花紅
離鸞別鳳煙梧中
巫雲蜀雨遙相通
幽愁秋氣上青楓
涼夜波間吟古龍

Quân trúc thiên niên lão bất tử
Trường bạn Tần Nga cái Tương thủy
Man nương ngâm lộng mãn hàn không
Cửu sơn tĩnh lục lệ hoa hồng
Ly loan biệt phượng yên Ngô trung
Vu vân Thục vũ diêu tương thông
U sầu thu khí thượng thanh phong
Lương dạ ba gian ngâm cổ long.

Những khóm tre đốm già, nghìn năm vẫn chưa chết, vĩnh viễn làm bạn với Tần Nga, rợp bóng lên sông Tương. Ngọn Cửu Nghi xanh ngắt mênh mông, điểm những cánh hoa đỏ thắm, màu đỏ của những giọt lệ chung tình; trong cảnh tịch liêu bàng bạc ấy, chỉ duy có tiếng ca của cô Mán vang đầy cả bầu trời lạnh lẽo.

Vua Thuấn gởi mình Thương Ngô. Tương Phi trầm mình trong lòng sông. Mây khói Thương Ngô chia rẽ cuộc tình của loan và phượng. Cuộc hội ngộ rất hiếm, không thường xảy ra. Nhưng cùng chung một cuộc tình chung thủy thì cũng cùng chung cái lý của thanh khí lẽ hằng; họ cùng giao cảm, thông đồng, qua mây trên đỉnh Vu và mưa trên đất Thục. Bởi vì cuộc hội ngộ không thường; nỗi buồn thương nhớ của Tương Phi bốc thành hơi khói của mùa thu ảm đạm trên ngọn phong xanh; cảm hoài nghe cũng xôn xao, và náo nức, giữa những tiếng rồng già ngân rỉ rả dưới sóng nước, trong đêm lạnh:

Khóm tre già nghìn năm không chết,
Rợp sông Tương, tha thiết Tần Nga.
Lạnh trời nàng Mán vang ca,
Cửu sơn tạnh biếc, lệ hoa điểm hồng.
Khói Thương ngô rẻ dòng loan
phượng,
Thục, Vu xa trông bóng mây mưa.
Ngọn bàng hiu hắt gió thu,
Sóng sông đêm lạnh gầm gừ rắn kêu.

Một bài khác, "Đế tử ca" 帝子歌, mà ngụ ý của nó không thấy có giải thích đồng nhất giữa các nhà chú giải ca thi Lý Hạ:

洞庭帝子一千里
涼風雁啼天在水
九節菖蒲石上死
湘神彈琴迎帝子
山頭老桂吹古香
雌龍怨吟寒水光
沙浦走魚白石郎
閒取真珠擲龍堂

Động đình Đế tử nhất thiên lý
Lương phong nhạn đề thiên tại thủy
Cửu tiết xương bồ thạch thượng tử
Tương thần đàn cầm nghinh đế tử
Sơn đầu lão quế xuy cổ hương
Thư long oán ngâm hàn thủy quang
Sa phố tẩu ngư Bạch Thạch lang
Nhàn thủ chân châu trịch long đường.

Động đình Đế tử[122]*, một nghìn dặm,*
Gió lạnh, cò kêu, nước lộn trời.
Xương bồ chín đốt chết trên đá,
Tương thần gãy đàn đón Đế tử.
Đỉnh núi, quế già, lạ phấn hương;

---

[122] Đế tử 帝子: chỉ Nga Hoàng 娥皇 và Nữ Anh 女英, truyền thuyết nói là hai người con gái của vua Nghiêu.

Rồng cái oán ngâm, nước lạnh lùng.
Bãi cát cá chạy, Bạch Thạch lang[123]*;*
Đùa bắt chân châu ném long đường.

"Xương bồ chín đốt", một loại cỏ cây (huyền thoại?) mọc trên đá, ăn nó để làm tăng và giữ mãi nhan sắc. Nó đã chết, hy vọng cũng chết. Hạ có ngụ ý nào đối với Tương phu nhân, hay Đế tử, con vua Động Đình, ở đây?

Giữa hai bài, "Tương Phi" ẩn chứa nhiều chân tình của "Tương Quân" trong *Cửu ca* hơn. "Đế tử ca" có vẻ nhiều sắc thái của Tương phu nhân của *Cửu ca*. Hàn Dũ phân biệt "Tương quân" của *Cửu ca* chỉ cho Nga Hoàng, và Tương phu nhân chỉ cho Nữ Anh. Nếu quả đúng ý của *Cửu ca*, thì nơi Hạ, "Đế tử ca" phảng phất bóng dáng của Nga Hoàng và Tương Phi hẳn là nói cái chân tình của Nữ Anh. Nhưng, chân tình ấy trong *Cửu ca* phải tìm nơi "Tương Quân". Khuất Nguyên bày tỏ hoài vọng của mình với Tương Quân rất tha thiết cũng đồng như hoài vọng Sở Hoài vương. Thần Nữ ở trong khoảng đâu đó trong dòng Nguyên, Tương; mà sóng Động Đình bao la, chim chóc, cá, rùa tụ tập hiểm trở khó đến. Cũng vậy, nhà vua dù ở trong thế giới hiện thực mà tưởng như ở giữa cảnh giới của thần. Khuất Nguyên cũng bày tỏ chỗ oán hận của

---

[123] Bạch Thạch Lang 白石郎, thủy thần trong truyền thuyết.

mình, bởi vì hoài vọng thì quá tha thiết mà hy vọng lại quá mong manh.

Như vậy, tìm dấu vết của *Sở từ* trong ca thi của Hạ không phải là điều khó khăn. Nhưng chỉ nên tìm đến trong một giới hạn nào đó thôi. Và cũng chỉ nên tìm đến trong một câu hỏi này: dưới cảnh ngộ và tâm tình nào của Hạ chịu ảnh hưởng *Sở từ* đến độ người ta có thể nói: "Ngoài ảnh hưởng *Sở từ*, ca thi của Hạ không có gì đáng bàn đến"[124]? Ý nghĩa của câu hỏi này muốn hàm ngụ một bảng luận giải về hiệu lực của thần thoại trong thi ca. Đây chỉ là một vấn đề gợi ý. Bởi vì, dưới cái nhìn đó, có thể thơ Hạ ngoài ảnh hưởng *Sở từ* còn nhiều điều đáng nói nữa:

Một tấm lòng của Kinh Kha!

---

[124] Bình của Thiều Khê: *Ngư ẩn tòng thoại* 漁隱叢話.

李賀騎驢覓詩圖

Giữa thời đại và nhân sinh

1

Lý Bạch tiên tài, Lý Hạ quỷ tài: Ngụ ý của sự phân biệt này còn quá mơ hồ. Sự thờ ơ của các nhà văn học sử Trung Quốc mới là chỗ xác thiết cho thấy địa vị của hai người. Mặc dù Tiên hay Quỷ cũng đều là những gì chỉ có trong thế giới siêu thực, xa xôi, ở bên ngoài cuộc đời; nhưng sự sống khốn quẫn và quá vắn của Hạ dễ khiến cho thi ca ấy bị chỉ trích là "bất cận nhân tình", không có gì quá đáng. *Sở từ* cũng đầy dẫy những hình ảnh quái dị, và những tâm tình bi phẫn âm u; tuy vậy, trên một phương diện, nơi đó người ta dễ dàng tìm thấy những gì đáng gọi là chân tình tha thiết đối với khổ lụy nhân sinh. Lịch lãm về đời sống của Hạ quá ít; vả lại, Hạ cũng chưa từng mang một trọng trách nào có ý nghĩa trong nghĩa vụ của một nhà thơ đối với cuộc đời, cho nên những lời hoa lệ bóng bẩy và những ngụ ý xa xôi dễ bị liệt vào loại 'văn chương duy mỹ'. Nếu Hạ đã thành công một phần nhỏ trong ước mơ trẻ trung của mình, hay ít nhất đã từng mang trách vụ triều đình như Hàn Dũ, hoặc đã từng dâng một tấu chương gián nghị theo kiểu thức nào đó cho nhà vua, có lẽ thơ Hạ đã được nhìn bằng con mắt hẳn khác từ trước đến nay.

Lý Bạch và Lý Hạ không cùng cảnh ngộ sinh nhai; mà tư chất thiên phú của họ quá khác biệt. Do đó không thể phân biệt tài năng và khuynh hướng của cả hai trên cùng một tiêu chuẩn. Mặc dù không có nhiều lịch lãm bằng, nhưng tài năng của Hạ nhất định không ở dưới Lý Bạch. Đằng khác, nếu đặt sứ mạng của thi ca trong nghĩa vụ nhân sinh, thơ của Lý Bạch còn quá cách biệt thực tế. Cho nên, Vương An Thạch không ngần ngại xếp Lý Bạch nằm chót hết trong bảng danh sách liệt kê bốn nhà thơ lớn của đời Đường; với lý do, theo ý ông, thơ ấy tuy hay thực, đáng thưởng thức trong một giới hạn nào đó, nhưng quá vô nghĩa vì chỉ đầy dẫy những đàn bà và rượu. Sự hâm mộ thịnh hành đối với thi ca của Lý Bạch cố nhiên cũng có thể được giải thích bằng lý do này. Thơ ấy khuyến khích và thỏa mãn thị hiếu hưởng thụ của đại đa số. Người ta có thể, bằng vào thơ của Lý Bạch, tự khoác cho mình một phong thái tiên nhân, để rồi trong những phút giây nhàn hạ, muốn thoát ly ngoài những hệ phược phiền toái của đời sống, ngồi nhìn hàng vạn ngôi sao trên trời, uống rượu và hoan ca. Trường hợp đó không bao giờ có thể xảy ra cho ca thi của Hạ. Giữa cảnh khuya tịch mịch, giữa tiếng trùng, tiếng dế, giữa thế giới ma hờn, quỷ khóc, "khêu đèn mà nhìn thì tóc lông dựng đứng lên cả"; những cảnh tượng trong thơ Hạ như vậy đập vào mắt người đọc những ám ảnh hãi hùng, bất an. Sau cơn say tỉnh dậy, Lý Bạch có thể thấy đời đẹp hơn; và nếu một chút ngậm ngùi về ý nghĩa của sự sống và sự chết có chợt hiện, thì nó lại khuyến khích những trận say sưa và quên lãng khác. Trong trường hợp Lý Hạ, sau cơn say tỉnh dậy, chỉ còn nước bưng ly rượu không mà kêu trời, nhưng mà trời không có mắt.

Người ta tán dương phong thái cuồng ngạo của Lý Bạch, mô tả thế giới thần tiên mộng tưởng của Lý Bạch như là ước mơ triền miên, vĩnh cửu của loài người. Thế nhưng, trên một phương diện, nếu Hạ có chỗ đáng bị chỉ trích, thì Lý Bạch còn đáng bị chỉ trích hơn nữa. Tô Đông Pha nói: "Lý Bạch chỉ là một cuồng sĩ; vả, đã từng thất tiết nơi Vĩnh Vương Liên, thì không đáng gọi là con người tế thế." Người ta không đòi hỏi nghĩa vụ tế thế của một nhà thơ nơi Lý Bạch, tại sao lại khăng khăng đòi hỏi nó phải có nơi Lý Hạ? Như thế, hiển nhiên các nhà phê bình Lý Hạ đã chịu ảnh hưởng lệch lạc của truyền thống thành kiến.

Thơ Lý Bạch rõ ràng chẳng giúp ích gì thực tế của đời sống ngoài sự kiện phơi bày cho người ta một thế giới viễn mộng đã quên lãng trong hưởng thụ. Đã thế, ông còn theo bọn Vĩnh Vương Liên gây loạn với triều đình. Chắc chắn không phải ông theo vì tư tưởng cách mạng. Bênh vực cho Lý Bạch, người ta nói là ông bị ép buộc. Dù theo trong hoàn cảnh nào, tự nguyện hay bị cưỡng bách, chừng đó cũng đủ để chứng tỏ khí tiết của một nhà thơ. Biện hộ cách nào cũng khó mà tẩy cho sạch cái đáng gọi là 'vết bẩn' ấy. Tất nhiên khi nói thế chúng ta đã cố tình khe khắt, cực doan. Tuy nhiên, cũng cần phải có một thái độ cực đoan như vậy, hay hơn thế nữa nếu cần, để làm hòa hoãn lại những tâng bốc, khoa đại phong độ tiên nhân của Lý Bạch. Nhờ đó, may ra có thể nhìn được thơ Hạ trong chiều hướng khác. Nơi Lý Bạch, khí tiết người đã kém, thì phong độ tiên nhân của ông rất đáng bị nghi ngờ. Đó cũng là chỗ mà Tô Tử Do phê bình Lý Bạch. Tử Do nói: "Thơ của Lý Bạch cũng y như con người của ông ta; tuần phát và hào hùng, hoa mỹ nhưng không thực, hiếu sự lại ưa danh, không biết lễ nghĩa và lý ở đâu..."

Ba nhà lãnh tụ văn học đồng thời, Vương An Thạch, Tô Đông Pha và Tô Tử Do, cùng sống trong một thời đại bấp bênh của chính trị trước thế lực đe dọa của ngoại xâm, họ không đồng khuynh hướng chính trị và xã hội, nhưng đã cùng đồng thanh chỉ trích tư cách con người của Lý Bạch. Sự chỉ trích này rất có ý nghĩa.

Tử Do, tiếp theo lời phê bình trên, lại nói: "Lý Bạch thoạt tiên đem thơ và rượu mà phụng sự Minh hoàng..." Quả vậy, suốt trong thời gian gần gũi Huyền Tông, được biệt đãi như thế, mà ngoài việc phụng sự nhà vua bằng thơ và rượu, tuyệt nhiên không thấy Lý Bạch nói được một lời tiến cử hay gián nghị hữu ích nào. Thái độ của Lý Bạch lại còn gián tiếp tán thưởng đời sống xa hoa trụy lạc của nhà vua, bất biết những khốn cùng mà dân chúng phải gánh chịu do đời sống xa hoa ấy. Nói một cách nghiêm khắc, thơ của Lý Bạch có đủ yếu tố để làm nô lệ và tán dương cuộc sống phóng đảng của bọn quyền quý. Thành kiến hẹp hòi của truyền thống và thị hiếu văn chương hưởng lạc, cả hai điều này giải thích xác đáng địa vị của Lý Bạch và Lý Hạ trong lịch sử thi ca Trung Quốc.

Được nhà vua biệt đãi, rồi được cả một thời đại hùa theo biệt đãi, Lý Bạch ngông cuồng, tự phụ và phóng khẩu bất chấp:

我本楚狂人
鳳歌笑孔丘

Ngã bản Sở cuồng nhân,
Phượng ca tiếu Khổng Khâu.

Phong thái thần tiên của Lý Bạch phát xuất từ chỗ cuồng ngạo ấy:

手持綠玉杖
朝別黃鶴樓
五嶽尋仙不辭遠
一生好入名山遊
（廬山謠寄盧侍禦虛舟）

Thủ trì lục ngọc trượng
Triêu biệt Hoàng Hạc lâu
Ngũ Nhạc tầm tiên bất từ viễn
Nhất sinh hảo nhập danh sơn du.
(*Lô sơn dao ký lô thị ngự hư chu*)

Hoàn toàn trái ngược với Lý Bạch về phong độ và đời sống, cho nên Hạ mặc dù bị vây khốn trong sự túng quẫn mà vẫn không dự tưởng một thế giới thần tiên. Một cách nào đó, Hạ bằng lòng chấp thuận định mệnh khốn đốn của mình. Ma quỷ, hoặc siêu thực hoặc hiện thực, vẫn là ý nghĩa của sự chấp thuận đó. Còn thần tiên, nếu có, đối với Hạ cũng chưa chắc tìm thấy một đời sống nhàn nhã tiêu dao. Hạ mô tả một *Tiên nhân*:

彈琴石壁上
翩翩一仙人
手持白鸞尾
夜掃南山雲
鹿飲寒澗下
魚歸清海濱
當時漢武帝

書報桃花春
(仙人)

Đàn cầm thạch bích thượng
Phiên phiên nhất tiên nhân
Thủ trì bạch loan vĩ
Dạ tảo Nam sơn vân
Lộc ẩm hàn giản hạ
Ngư qui thanh hải tân
Đương thời Hán Vũ đế
Thư báo đào hoa xuân.
(*Tiên nhân*)

Đàn gảy trên vách đá
Phất phơ một lão tiên
Tay cầm đuôi loan trắng
Đêm quét mây Nam sơn
Lừa uống nước suối lạnh
Cá bơi về biển trong
Đương thời Hán Vũ đế
Thông báo hoa đào xuân.

Ngụ ý của bài thơ, theo chú giải của Vương Kỳ, có tính cách phúng thích hơn là ca ngợi: “Tiên nhân ở trong khoảng núi đầm, di dưỡng sự tĩnh mịch và giữ lấy sự nhàn hạ, thong dong tự đắc như lừa uống nước bên suối lạnh, như cá lui về biển trong để ẩn thân tránh xa những nguy hiểm, không can dự chuyện đời. Đáng lẽ như vậy, nhưng vì đầu tiên nhân sinh gặp thời Hán Vũ đế; nghe nói nhà vua có chí hâm mộ thần tiên, mời gọi các phương sĩ, khiến cho tiên nhân không thể giữ vững cái chí hùng của mình, và phải đến để dâng thơ báo tin mùa xuân của hoa đào. Bậc ngộ đạo tu chân không nên như vậy."

Thần tiên còn chưa chắc đã tìm ra được một đời sống thanh nhàn, không bận rộn, huống nữa là người. Quả thực, khó bắt gặp một khoảng trời xanh bát ngát trong thơ của Hạ để thưởng thức. Trên hết là sự hối thúc của mạng sống, mà sự trường thọ của thần tiên nếu có thì cũng chỉ có trong một giới hạn thời gian nào đó thôi. Bành Tổ, Vu Hàm, những người sống lâu của truyền thuyết thần thoại cũng đã chết mất tự đời nào. Hạ *Hạo ca*:

南風吹山作平地
帝遣天吳移海水
王母桃花千遍紅
彭祖巫鹹幾回死
（浩歌）

Nam phong xuy sơn tác bình địa
Đế khiển Thiên Ngô di hải thuỷ
Vương mẫu đào hoa thiên biến hồng
Bành Tổ Vu Hàm kỉ hồi tử.
(*Hạo ca*)

Gió nam thổi núi thành đất bằng,
Đế sai Thiên Ngô dời đại dương.
Hoa đào Vương mẫu nghìn lớp hồng,

Bành Tổ, Vu Hàm mấy lượt chết?

Trong cảnh ngộ long đong của sinh kế, Hạ không mơ về một thế giới thần tiên để trấn an hiện thực; và trong ám ảnh khốc liệt của tuổi thọ, Hạ cũng không tìm đến cõi bất tử của thần tiên. Tính siêu thực trong ca thi của Hạ hiển nhiên là giới hạn cuối cùng của tính hiện thực. Lý Thế Hùng nhận xét: "Người đời Đường hâm mộ thần tiên, mà Hạ lại nói: *Kỷ hồi thiên thượng táng thần tiên,* hoặc nói: *Bành Tổ, Vu Hàm kỷ hồi tử.* Ấy là nói tiên cũng phải chết. Cái mà người đời sau sợ và cho là quỷ, thì Hạ nói: *Thu phần quỷ xướng bào gia thi.* Thế thì quỷ được coi như không có chết. Cho nên, sự sống và sự chết không phải là những điều mà Hạ bận tâm. Cái mà Hạ không thể chịu đựng nổi, đó là: Nghìn năm nay đày đọa Hạ vào chỗ u uất, lăn lóc giữa cõi không phải chết, không phải sống, đè nén không cho cất đầu lên được, không thể nhướng mày, khua lưỡi, khạc máu, rửa sạch gan ruột ở trước mặt trời. Phải chăng ấy là cái khổ lớn lao của Hạ?".

*

2

Dù sao, địa vị của Hạ trong lịch sử văn học Trung Quốc rất khiêm nhượng, được xếp vào nhóm thơ 'Khổ ngâm', đồng bọn với Mạnh Giao, Lư Đồng và Giả Đảo, mà dẫn đầu đương nhiên là Hàn Dũ (768-824). Hàn Dũ lớn hơn Hạ phỏng 41 tuổi. Đương thời, Ông cùng với Liễu Tông Nguyên (tự Tử Hậu; 773-815) xứng danh là hai nhà lãnh tụ chủ xướng 'Phong trào Cổ văn'. Văn xuôi Trung Quốc kể từ Hán, Ngụy trở về sau bị gò bó theo lối đối ngẫu, do đó, họ chủ trương trở lại truyền thống cổ. Thơ của ông hào phóng, được kể là một đại gia sau Lý Bạch và Đỗ Phủ. Bởi thiên tài kiệt ngạo, ông không chịu theo lối thơ quán lệ, dễ dãi của thời Trung Đường, nên có thị hiếu hiểm hóc, quái dị. Cũng vì vậy, ông rất ưa thơ của Hạ. Tuy nhiên, sở trường của ông là văn chứ không phải là thơ.

Trừ Hàn Dũ, những người còn lại, kể cả Hạ, tỏ ra say mê thi ca một cách đặc biệt. Đời sống của họ cũng khốn quẫn như nhau, và sự giao du của họ cũng có giới hạn như nhau. Lý Hạ, Mạnh Giao, Lư Đồng, đó là những khuôn mặt của định mệnh thi ca. Có thể chính thơ đã đưa họ vào ngõ cụt của đời sống; hoặc giả ngược lại, chính vì đời sống khốn quẫn mà họ bị thắt chặt vào định mệnh thi ca.

Mạnh Giao, tự Đông Dã (751-814), lớn hơn Hạ 40 tuổi. Giao người Lạc Dương, ẩn cư Tung sơn mãi đến 50 tuổi mới chịu đến Trường An để dự thi Tiến sĩ. Năm Trinh Nguyên thứ 12 (796), ông trúng cách. Bốn năm sau, được bổ làm Lật

Dương huyện úy. Nhưng ông tỏ ra không tha thiết với quan chức cho lắm. Gần huyện Lật Dương về phía nam bấy giờ còn có di tích của thành Bình Lăng, chu vi hơn một nghìn bộ, cây cối um tùm; có gốc to đến 10 vây. Tìm được một nơi vắng vẻ thâm u như vậy, hằng ngày Giao đến đây, ngồi ngâm thơ quên về cho đến tối.

Hàn Dũ rất trọng vọng Mạnh Giao. Trong một bức thư gởi Mạnh Giao, ông tự mô tả sự cô độc của mình, mà cũng ám chỉ đến cuộc đời Giao: Nói thì không có người nghe; mà xướng thì không có người họa. Rồi Ông ca ngợi Giao: "Túc hạ tài cao, khí thanh, hành theo cổ đạo mà xử sự giữa đời nay... Sự xử thân của túc hạ vừa nhọc, vừa khổ. Đời đua nhau bon chen vào chỗ hỗn trược, riêng tấm lòng của túc hạ vẫn theo đuổi cổ nhân. Cái đạo của túc hạ khiến tôi bi cảm..."

Thơ của Mạnh Giao là những tình tự bi thiết của một lãng tử, một lữ khách:

杜鵑聲不哀
斷猿啼不切
月下誰家砧
一聲腸一絕
杵聲不為客
客聞髮自白
杵聲不為衣

欲令游子歸
(聞砧)

Đỗ quyên thanh bất ai
Đoạn viên đề bất thiết
Nguyệt hạ thuỳ gia châm
Nhất thanh trường nhất tuyệt
Xử thanh bất vị khách
Khách văn phát tự bạch
Xử thanh bất vị y
Dục linh du tử quy.
(*Văn châm*)

Máu trào, quyên đổ lệ
Đứt ruột, vượn kêu thương.
Chày ai khua trăng bạc
Mỗi tiếng một đoạn trường.
Chày khua không giục khách,
Khách nghe tóc mình bạc;
Chày không giữ áo ai,
Du tử nhớ ngày về.

Bài thơ nào của Mạnh Giao cũng vậy, cũng gợi lên một mối sầu cô lữ bi thương, những đau khổ đoạn trường:

食薺腸亦苦
強歌聲無歡
出門即有礙
誰謂天地寬
(贈別崔純亮)

Thực trai trường diệc khổ
Cưỡng ca thanh vô hoan
Xuất môn tức hữu ngại
Thuỳ vị thiên địa khoan.
(*Tặng biệt thôi thuần lượng*)

Ăn chay, nghe đắng ruột,
Gượng ca, giọng não nề.
Ra đường thấy nghẽn lối,
Ai bảo trời đất dài?

Khi đọc bài thơ này, Tô Tử Do phê bình các nhà thơ đời Đường "Ít ai chịu học đạo"; bởi vì Giao là con người khe khắt, dù trời cao đất rộng vẫn không có chỗ dung thân.

Trương Văn Tiềm nhận xét: "Cuối đời Đường, thi nhân phần lớn như là những cùng sĩ. Đông Dã và Lãng Tiên đều làm thơ mà đẽo gọt đến cùng khổ." Nhận xét này có lẽ rất xác đáng đối với Giả Đảo.

Giả Đảo, tự Lãng Tiên (788-843), mà cuộc đời long đong chỉ vì quá say mê làm thơ, mặc dù thơ ông không có gì đặc sắc.

Khác với Mạnh Giao và Giả Đảo, chỉ đồng cảnh ngộ sinh nhai túng quẫn với Hạ, riêng Lư Đồng mới thực chứng tỏ không những đồng cảnh ngộ mà còn đồng cả thị hiếu thi ca, tuy tài năng không cùng tương đối.

Lư Đồng, tự hiệu Ngọc Xuyên Tử; ngụ Lạc

Dương. Khi Hàn Dũ ngồi ghế Hà Nam lệnh tỏ ra thích thơ của Đồng. Thơ của ông hay nói đến những sự quái dị, những lời hiểm hóc, cũng đáng kể là một loại quỷ thi như Lý Hạ:

天公發怒化龍蛇
此龍此蛇得死病
神農合藥救死命
天怪神農黨龍蛇
(與馬異結交詩)

Thiên công phát nộ hoá long xà
Thử long thử xà đắc tử bệnh
Thần Nông hiệp dược cứu tử mệnh
Thiên quái Thần Nông đảng long xà.
(*Dữ mã dị kết giao thi*)

Thiên công nổi giận hoá rắn rồng,
Rắn ấy rồng ấy vương tử bịnh.
Thần Nông chế thuốc cứu tử mệnh,
Trời lạ Thần Nông phe rắn rồng.

Sự giao thiệp giữa Lư Đồng và Lý Hạ không được rõ, cho nên cũng khó quyết đoán về ảnh hưởng hỗ tương giữa họ. Sở thích tương đồng tất nhiên không thể phủ nhận.

Nhận xét chung về Mạnh Giao, Lư Đồng và Lý Hạ, *Liệp trách tòng thơ* nói: "Tôi nghe rằng nếu hoang phí bằng những săn bắn và chài lưới ấy là tàn bạo đối với sản vật của trời. Sản vật của trời đã không thể tàn bạo, mà lại mang ra đẽo gọt, bóc lột, phơi trần tình trạng được sao? Từ cái trứng còn non cho đến khô chết mà không để chúng được yên thân, trời há không trừng phạt được sao? Trường Cát yểu, Đông Dã cùng, Ngọc Khê sinh thì quan tước chưa được ghi vào sổ triều đình, chính là vì vậy.”

Những lời nhận xét này hình như đã nguyền rủa quá nặng.

*

3

Xét về cá tính, Hạ đáng được liệt vào số những nhà thơ ‘Khổ ngâm’ ấy. Tuy nhiên, chúng ta cũng có thể thấy một cách dễ dàng dị biệt lớn lao về cá tính giữa họ. Trong khi Mạnh Giao, Lư Đồng, Giả Đảo, ngoài sở thích duy nhất là làm thơ và sống trọn vẹn cho những ám ảnh giày xéo của thơ, họ không tỏ ra có một chút tha thiết với công danh hay sự nghiệp. Trái lại, nơi Hạ người ta thấy có cái ước mơ sôi nổi và trẻ trung. Cho nên, khi Hạ lần đầu tiên tìm đến Hàn Dũ, *Nhạn môn Thái thú hành* bộc lộ rõ rệt cái khát khao hùng tâm tráng khí của tuổi trẻ. Rồi khi hân hạnh đón Hàn Dũ và Hoàng Phủ Thực, Hạ không tiếc lời tán dương tài năng văn học của Dũ, mà cũng ngụ ý có thể bằng tài ăng ấy mình thị hùng được với thiên hạ:

殿前作賦聲摩空
筆補造化天無功

Điện tiền tác phú thanh ma không
Bút bổ tạo hoá thiên vô công.

Bệ Rồng cách điệu vút cao không
Văn chương tái tạo thay Thiên công.

Cố nhiên Hạ đã khoa đại sứ mạng và khả năng của văn chương, mà chúng ta khỏi phải biết nó là văn chương của Hàn Dũ hay của chính Hạ.

Điều chắc chắn, khi Hạ chạm trán với sự thất bại, văn chương bấy giờ dù vẫn là một nguồn an ủi vô biên, một điểm tựa tinh thần vững chãi, nhưng có lúc Hạ không khỏi cảm thấy sự vô nghĩa của nó:

文章何處哭秋風

Văn chương hà xứ khốc thu phong.

Có lẽ Hạ đang mơ sự nghiệp của Tần Thủy Hoàng, mơ cuộc chinh phục vĩ đại suốt một dãy đất từ Lâm Thao đến Liêu Đông? Cũng có khi Hạ ước mơ sự nghiệp của Trương Tử Phòng, muốn đem *Lục thao* mà thay thế cho *Sở từ:*

三十未有二十餘
白日長饑小甲蔬
橋頭長老相哀念

因遺戎韜一卷書
(南園)

Tam thập vị hữu nhị thập dư
Bạch nhật trường cơ tiểu giáp sơ
Kiều đầu trưởng lão tương ai niệm
Nhân di nhung thao nhất quyển thơ.
(*Nam viên*)

Ba mươi chưa đến, hai mươi đã hơn;
Ngày đói, sơ sài ăn mấy cọng rau.
Đầu cầu, trưởng lão thương tình,
Tặng cho một quyển Nhung thao.

Hạ muốn bỏ con đường văn chương:

男兒何不帶吳鉤
收取關山五十州

Nam nhi hà bất đới Ngô câu
Thu thủ quan san ngũ thập châu.

… …

Tuổi trẻ, đáng lý phải cầm thanh gươm Ngô Câu, đoạt lại năm mươi châu quận cho triều đình.

Ước muốn này có thể không chỉ là một ước muốn suông. Quả vậy, trong thời Hạ, kể từ cuộc dấy loạn của An Lộc Sơn về sau, khoảng hai phần ba lãnh thổ thoát ra ngoài thế lực kiểm soát của triều đình trung ương.

Nhà Đường, vì để phòng bị thế lực đe dọa của

các chủng tộc nhược tiểu chung quanh, nên đặt ra các Tiết độ sứ, quản lãnh binh mã các châu quận, với quyền tự chủ về mặt nhân lực và lý tài. Một Tiết độ sứ lớn có thể quản lãnh đến 10 châu. Nếu thế lực của triều đình trung ương không thể lan rộng đủ để kềm chế họ, các Tiết độ sứ trở thành những lãnh chúa trong vùng đất họ cai trị, và tự do lựa chọn người kế vị, thế tập, truyền tử lưu tôn. Sử gọi đó là họa phiên trấn. Niên hiệu Nguyên Hòa thứ 7 (809), Lý Giáng báo cáo: "Nay những nơi mà pháp lệnh của triều đình không kềm chế được, gồm hơn 50 châu thuộc các vùng Hà Nam và Hà Bắc."

Hạ vừa trưởng thành là đã chứng kiến ngay sự bành trướng của thế lực phiên trấn ấy. Vốn dòng dõi tôn thất, không rõ Hạ lo ngại đến mức nào trước nguy cơ sụp đổ của cơ nghiệp tổ tiên. Sự suy luận của Tống Uyên không hẳn là không có lý: "Khuất Nguyên vì khóc cho sự suy vong của Tống quốc nên nỗi buồn quá lớn mà lời lẽ thiết tha. Hạ ở trong thời bình sao lại cũng bi ai, phẫn hận, mửa gan ruột bằng những lời lẽ ngụy quyệt...? Hạ vốn là vương tôn, nên cũng có những ưu tư về vận mệnh quốc gia: Sự phi lý trong chính sách hoà thân của triều đình, sự cuồng dại trong thái độ hâm mộ tiên thuật của các vua chúa, sự chuyên quyền của các phiên trấn, tư cách suất lãnh binh mã của bọn hoạn quan... khư khư ôm mối cô trung của chức quan

Phụng lễ thái thường quá nhỏ, trên không nói thấu thiên tử mà dưới cũng không thể bàn ra với quần thần; đành phải khấp khểnh vó lừa những nơi thâm u, hoang dã..."

Trên đây chỉ là suy luận không bằng chứng xác thực. Tuy nhiên, chắc chắn Hạ thống hận các sự bạo ngược của các lãnh chúa phiên trấn, gọi họ là những thứ 'Cọp Dữ', *Mãnh hổ hành:*

長戈莫舂
強弩莫抨
乳孫哺子
教得生獰
舉頭為城
掉尾為旌
東海黃公
愁見夜行
道逢騶虞
牛哀不平
何用尺刀
壁上雷鳴
泰山之下
婦人哭聲
官家有程
吏不敢聽
(猛虎行)

Trường qua mạc thung
Cường nỗ mạc phanh
Nhũ tôn bộ tử
Giáo đắc sanh nanh
Cử đầu vi thành
Trạo vĩ vi tinh
Đông hải Hoàng công
Sầu kiến dạ hành
Thu kiến dạ hành
Đạo phùng xu ngu
Ngưu Ai bất bình
Hà dụng xích đao
Bích thượng lôi minh
Thái sơn chi hạ
Phụ nhân khốc thanh
Quan gia hữu trình
Lại bất cảm thính.
(*Mãnh hổ hành*)

Giáo dài không thủng,
Nỏ mạnh không phủng.
Nuôi cháu nuôi con,
Cho nên nanh vuốt.
Ngẩng đầu làm thành,
Chống đuôi làm cờ.
Hoàng Công biển đông,
Sợ hãi đi đêm.
Cọp trắng giữa đường,
Ngưu Ai bất bình.
Đao thước mà chi?

Trên tường sấm gào.
Dưới núi Thái sơn,
Tiếng khóc quả phụ.
Quan gia có trình,
Quan Lại không nghe.

Sự bạo ngược của các lãnh chúa phiên trấn dữ hơn cọp dữ, đến độ giáo dài, nỏ mạnh không làm gì được; không có sức mạnh nào kiềm chế nổi chúng.

Họ không thần phục triều đình; tự quyết về vấn đề thế tập. Cha truyền con nối, tự do củng cố thế lực riêng để tạo phản. Triều đình đến lúc suy yếu phải kiêng dè họ. Sự kiện ấy không khác nào Đông hải Hoàng công, một tay bắt cọp thiện nghệ, tuổi về già trở lại bị cọp hại.

Khi thế lực họ đã mạnh, sự tàn ngược lại còn tệ hại hơn cả cọp thật.

Trong các thế lực phiên trấn thời bấy giờ, mạnh nhất phải kể là Thành đức quân Tiết độ sứ Vương Thừa Tông, quản lãnh Hà Bắc, và Hoài tây Tiết độ sứ Ngô Nguyên Tế. Vương Thừa Tông dấy phản vào Nguyên Hoà thứ 4 (809). Ngô Nguyên Tế, niên hiệu thứ 10 (815). Trước đó không lâu, năm Nguyên Hoà thứ nhất (806), Tiết độ sứ Lưu Tịch phản, bấy giờ Hạ mới 13 tuổi. Năm sau, Tiết độ sứ Lý Kỳ phản.

Khi Vương Thừa Tông tạo phản, Đường Hiến

Tông sai hoạn quan Thổ Đột Thừa Thôi suất lãnh binh mã chinh phạt. Đây lại là một cái họa khác đe dọa chế độ: Cái họa hoạn quan. Thực sự, chúng chỉ là hạng 'phó phấn nữ lang', mà tài nghệ chỉ xứng đáng để thoa son trét phấn hơn là đủ tư cách một tướng soái cầm quân ra trận. Nhưng nhà vua đã tin dùng, trao quyền điều động binh mã cho chúng. Cái nhục thảm bại khó tránh.

Khi Thổ Đột Thừa Thôi suất lãnh binh mã các đạo Hà Trung và Hà Dương chinh thảo Vương Thừa Tông, thì Hạ coi cuộc hành quân này không khác một cuộc hành lạc của một bà hoàng: *Quý chủ Tây chinh hành lạc.* Hạ mô tả: Kỵ binh toàn là một bọn thị tỳ, kết thành một hàng giáp sắt bằng màu đồng vàng rực; cờ thì làm bằng lụa là; cột cờ bằng gỗ hương dát vàng lá... Một đoàn quân chuẩn bị đối địch với kẻ thù mà quân trang, quân cụ cực kỳ xa hoa tráng lệ như vậy, rõ ràng nó là một đoàn vệ binh ủng hộ công chúa đi dạo chơi:

奚騎黃銅連鎖甲
羅旗香乾金畫葉
中軍留醉河陽城
嬌嘶紫燕踏花行
春營騎將如紅玉
走馬捎鞭上空綠
女垣素月角咿咿

牙帳未開分錦衣
（貴主徵行樂）

Hề kị hoàn đồng liên toả giáp
La kì hương càn kim họa diệp
Trung quân lưu tuý Hà dương thành
Kiều tê tử yến đạp hoa hành
Xuân doanh kị tướng như hồng ngọc
Tẩu mã sao tiên thượng không lục
Nữ viên tố nguyệt giốc y y
Nha trướng vị khai phân cẩm y.
(*Quý chủ chinh hành lạc*)

Đội liên toả, đoàn binh thị nữ,
Cờ tung bay sắc lụa phấn hương.
Trung quân say ngủ Hà Dương,
Líu lo con én sa trường rải bông.
Tướng kỵ mã vẻ hồng tha thướt,
Ngàn dâu xanh ngựa lướt đầu roi.
Trăng nghiêng trên ải tiếng còi,
Trướng nha còn khép nghe đòi khao quân.

Nơi khác, bài *Hoàng gia động* của Hạ châm biếm nhức nhối thái độ khiếp nhược của quân triều trước sự tung hoành của bộ đội Mán tộc Hoàng Thiếu Khanh:

雀步蹙沙聲促促
四尺角弓青石鏃
黑幡三點銅鼓鳴

高作猿啼搖箭箙
彩巾纏踌幅半斜
溪頭簇隊映葛花
山潭晚霧吟白鼉
竹蛇飛蠹射金沙
閑驅竹馬緩歸家
官軍自殺容州槎
（黃家洞）

Tước bộ túc sa thanh xúc xúc
Tứ xích giốc cung thanh thạch thốc
Hắc phan tam điểm đồng cổ minh
Cao tác viên đề dao tiễn phục
Thể cân triền khao bức bán tà
Khê đầu thốc đội ánh cát hoa
Sơn đàm vãn vụ ngâm bạch đà
Trúc xà phi đố xạ kim sa
Nhàn khu trúc mã hoãn qui gia
Quan quân tự sát Dung châu tra.
(Hoàng gia động)

Bước chập chững cát khua xào xạc,
Mũi đá xanh bốn thước giốc cung,
Cờ đen ba điểm trống đồng,
Kêu gào tiếng vượn lùng bùng túi tên.
Dải khăn lụa quấn chân nửa mảnh,
Rọi đoàn quân bông sắn đầu truông;
Sấu ngâm, sương xế, ao rừng,
Mọt bay, rắn lục, bắn tung cát vàng.

Bước về vó ngựa nghênh ngang,
Quân triều vuốt mặt chém quàng đọt tra.

*

4

Phiên trấn và hoạn quan không chỉ là những đe dọa trực tiếp đối với triều đình; chúng còn là nguyên nhân trực tiếp cho những thống khổ của dân chúng. Các nhà thơ trong niên hiệu Nguyên Hoà (806-820) như Bạch Cư Dị, Nguyên Chẩn, Trương Tịch, Vương Kiến, đã cố chứng tỏ sứ mạng văn chương của họ, nói tiếng nói khốn cùng của những người bị áp bức. Cọp dữ, đối với các nhà thơ này, không chỉ là một biểu tượng của một chế độ hay một chính sách cai trị tàn ngược mà đức Khổng dùng để ám chỉ; từ này, nó chính là hiện thân trong lốt người của bọn quan lại.

Chúng ta có thể thấy được những lời ta thán thống thiết của dân chúng thời bấy giờ qua thể cách bình dị trong *Đỗ Lăng tẩu* của Bạch Cư Dị. Đó là một trong những bài tân nhạc phủ; Bạch Cư Dị mô tả cảnh khổ của nông phu, qua đời sống của lão già tại Đỗ Lăng. Ở đó, hằng năm ông làm một khoảnh ruộng; tháng 3 bắt đầu vỡ đất thì trời hạn không mưa. Khi gieo được mạ, phần lớn lại bị hoang trùng phá hoại. Đến tháng

9, lúa trổ đòng đòng lại bị sương móc. Trước khó khăn bởi thiên tai đó, quan trưởng sử biết nhưng làm ngơ, và thẳng tay trưng thuế. Rồi sang năm, ông lão sẽ lấy gì mà ăn? Bọn chúng lột chiếc áo che thân của lão, cướp miếng cơm đang trong miệng của lão. Quả chúng là những con chó sói:

剝我身上帛
奪我口中粟
虐人害物即豺狼
何必鉤爪鋸牙食人肉
(杜陵叟)
Bác ngã thân thượng bạch
Đoạt ngã khẩu trung túc
Ngược nhân hại vật tức sài lang
Hà tất câu trảo cứ nha thực nhân nhục.
(*Đỗ Lăng tẩu*)

Lão phu thái ngọc ca của Hạ, trong cùng hoàn cảnh tương tợ, đáng coi là một bài bằng máu và nước mắt của một lão già sưu dịch, bị sung công đi mò ngọc bích cho quan:

采玉采玉須水碧
琢作步搖徒好色
老夫饑寒龍為愁
藍溪水氣無清白
夜雨岡頭食蓁子
杜鵑口血老夫淚

藍溪之水厭生人
身死千年恨溪水
斜山柏風雨如嘯
泉腳掛繩青嫋嫋
村寒白屋念嬌嬰
古台石磴懸腸草
（老夫采玉歌）

Thái ngọc thái ngọc tu thuỷ bích
Trác tác bộ dao đồ hảo sắc
Lão phu cơ hàn long vị sầu
Lam khê thuỷ khí vô thanh bạch
Dạ vũ cương đầu thực trăn tử
Đỗ quyên khẩu huyết lão phu lệ
Lam khê chi thuỷ yếm sinh nhân
Thân tử thiên niên hận khê thuỷ
Tà sơn bách phong vũ như khiếu
Tuyền cước quải thằng thanh niểu niểu
Thôn hàn bạch ốc niệm kiều anh
Cổ đài thạch đặng huyền trường thảo.
(*Lão phu thái ngọc ca*)

Quan bắt mò ngọc, mò ngọc biếc
Giũa thành trang sức cho đẹp mắt.
Lão phu đói, lạnh, rồng cũng rầu,
Hơi nước suối Lam không thanh bạch.
Mưa đêm trên gò, lão gặm cỏ,
Lệ lão, đỗ quyên miệng máu đỏ.

Dòng nước suối Lam nhận chìm người;
Thân chết, nghìn năm còn hận nó.
Mưa gào, núi nghiêng, bách lộng gió,
Lặn suối, buộc chân, xanh mớ nhợ.
Xóm lạnh, nhà trơ, thương vợ con;
Cổ đài, bậc đá, loài cỏ nhớ.

Sự uất hận của lão già không nơi phát tiết; nếu bất hạnh mà bị thiệt mạng trong lòng suối thì cũng chỉ có thể mang mối hận triền miên đối với dòng suối mà thôi, không tiết hận đến nhà quan được. Đây là chỗ trầm thống nhất trong thơ Hạ. Oan khuất luôn luôn là một tình tự kín đáo: Sống im lặng và chết cũng im lặng. Đó cũng là một nét trong sắc thái quỷ thi của Hạ.

Đương thời, Đức Tông có thói ưa súc liễm tài sản, do đó, để tâng công, một số các Tiết độ sứ đánh thêm thuế "tiện dư', gọi là thuế thặng dư đánh trên mỗi gia đình. Trong mỗi gia đình, trừ một người, số còn lại được coi như thặng dư. Đức Tông lại cho lập hai kho lớn tại Phụng Thiên để súc chứa những đồ phú cống. Bài thơ *Trọng phú,* thuế khoá nặng nề, của Bạch Cư Dị, mô tả tình cảnh khổ sở của chính sách thuế khoá này, và cũng vẽ ra sự tương phản giữa cái đói rách của dân chúng và kho lẫm cao vọi của quan nha:

....

昨日輸殘稅
因窺官庫門
繒帛如山積
絲絮如雲屯
號為羨餘物
隨月獻至尊
(重賦)

....

Tạc nhật thâu tàn thuế
Nhân khuy quan khố môn
Tăng bạch như sơn tích
Ty nhứ như vân đồn
Hiệu vi tiện dư vật
Tuỳ nguyệt hiến chí tôn.
(*Trọng phú*)

Bác nông phu đi đóng thuế, nhân đó liếc mắt nhìn vào kho quan: Lụa là chất chứa cao như núi; tơ sợi chất đống như mây. Những thứ này được gọi là những vật 'tiện dư', hằng tháng được dâng hiến lên vua. Và tiếp ngay đó, tả oán:

奪我身上暖
買爾眼前恩
進入瓊林庫
歲久化為塵
(重賦)

Đoạt ngã thân thượng noãn
Mãi nhĩ nhãn tiền ân
Tiền nhập Quỳnh Lâm khố
Tuế cửu hoá vi trần
(*Trọng phú*)

Cướp đoạt sự ấm êm trên mình của ta, để mua cái ân huệ thiên tử trước mắt bọn bây; của dâng vào kho Quỳnh Lâm, dùng không hết, lâu ngày hoá thành đất cát.

Cố nhiên, Hạ không thể có lối mô tả hiện thực như Bạch Cư Dị. Bởi vì cá tính của thơ Hạ vốn giàu ẩn dụ do đó có nhiều chất phúng thích hơn là 'tố giác'. Ở đây chúng ta sẽ thấy Hạ mô tả thái độ của một huyện quan đi trưng thuế. Quan mặt mày hầm hầm, giận dữ, cưỡi ngựa đến tận nhà dân để hối thúc đóng thuế. Thuế được trưng ở đây là vải lụa. Đời Đường, bấy giờ vì nhu cầu mua ngựa Hung Nô nên cần rất nhiều vải lụa; số cần dùng có thể lên đến 500.000 tấm lụa mới mua đủ số ngựa cho triều đình. Huyện quan có lịnh trưng, nhưng nhà dân chưa dệt kịp, khất hẹn đến mùa xuân, đợi tằm nhả tơ đã. Rồi họ dọn cháo mời huyện quan ăn. Ăn xong, huyện quan có vẻ hài lòng, và nguôi giận, ra về. Nhưng, ngay sau đó, ông gọi thầy lại giữ sổ bạ lên hầu. Dĩ nhiên là sai đến đòi nữa. Chúng ta nghe giọng điệu châm chích của Hạ:

合浦無明珠
龍洲無木奴
足知造化力
不給使君須
越婦未織作
吳蠶始蠕蠕
縣官騎馬來
獰色虬紫須
懷中一方板
板上數行書
不因使君怒
焉得詣爾廬
越婦拜縣官
桑牙今尚小
會待春日晏
絲車方擲掉
越婦通言語
小姑具黃粱
縣官踏飧去
簿吏複登堂
(感諷)
Hiệp phố vô minh châu
Long châu vô mộc nô
Túc tri Tạo hoá lực
Bất cấp sứ quân tu
Việt phụ vị chức tác
Ngô tàm thuỷ nhu nhu

Huyện quan kỵ mã lai
Nanh sắc cầu tử tu
Hoài trung nhất phương bản
Bản thượng số hàng thư
"Bất nhân sứ quân nộ
Yên đắc nghệ nhĩ lô"
Việt phụ bái huyện quan
"Tang nha kim thượng tiểu
Hội đãi xuân nhật yến
Ty xa phương trịch trạo"
Việt phụ thông ngôn ngữ
Tiểu cô cụ hoàng lương
Huyện quan đạp san khứ
Bộ lại phục đăng đường.
(*Cảm phúng*)

Hiệp phố không minh châu,
Long châu không mộc nô
Đủ biết sức tạo hoá,
Không thỏa sứ quân cầu.
Việt phụ chưa canh cửi,
Tằm Ngô vừa ngo ngoe.
Quan huyện cưỡi ngựa đến,
Sắc giận tía rau cù.
Tay ngài một bảng vuông,
Trên bảng chữ vài hàng.
Không vì sứ quân giận,
Đâu dễ đến nhà tranh.
Việt phụ lạy huyện quan:
'Chồi dâu vừa mới lú,

Xin đợi cuối mùa xuân
Xe tơ mới quay được'.
Việt phụ nói lưu loát
Tiểu cô dọn hoàng lương.
Quan đớp rồi đi mất
Gọi thầy lại đăng đường.

*

5

Bài thơ dưới đây của Hạ, *Bình Thành hạ,* mô tả đời sống của lính thú tại Bình Thành, một biên trấn gần Trường Thành. Đặc điểm của bài thơ, như Vương Kỳ nhận xét, nói lên cái khổ của lính thú biên trấn vì sự ngược đãi của chủ tướng mà trong đó không lộ một chữ nào có vẻ oán hận.

饑寒平城下
夜夜守明月
別劍無玉花
海風斷鬢發
塞長連白空
遙見漢旗紅
青帳吹短笛
煙霧濕畫龍
日晚在城上
依稀望城下

風吹枯蓬起
城中嘶瘦馬
借問築城吏
去關幾千裏
惟愁裹屍歸
不惜倒戈死
（平成下）

Cơ hàn Bình Thành hạ
Dạ dạ thú minh nguyệt
Biệt kiếm vô ngọc hoa
Hải phong đoạn mấn phát
Tái trường liên bạch không
Diêu kiến Hán kì hồng
Thanh trướng xuý đoản địch
Yên vụ thấp họa long
Nhật vãn tại thành thượng
Y hy vọng thành hạ
Phong xuy khô bồng khởi
Thành trung tê sấu mã
Tá vấn trúc thành lại
Khứ quan kỷ thiên lý
Duy sầu khỏa thi qui
Bất tích đảo qua tử.
(*Bình Thành hạ*)

Đói rét dưới Bình Thành,
Đêm đêm canh ánh trăng.
Gươm nhà không trỗ ngọc,
Sa mạc rát tóc xanh.

Quan ải trơ trời trắng,
Xa trông cờ Hán hồng.
Trướng xanh thổi địch vắn,
Sương khói điểm hình rồng.
Sớm hôm ngồi trên thành,
Vơ vẩn nhìn xuống dưới.
Gió thổi bồng khô tung,
Trong thành ngựa ốm hí.
Muốn hỏi người xây thành:
Cách quan mấy ngàn dặm?
Râu nỗi bọc thây về,
Sợ gì chết tên đạn.

Không phải thơ không tỏ một chút oán hận. Cái hận ấy được gói trong hai câu chót: Người lính thú không sợ chết vì tên đạn nơi chiến trường, nhưng sợ chết vì đói lạnh.

*

6

Đời Đường, Thái úy Phòng Quản (697-763), thiếu thời ẩn cư học tập trong núi Chung Nam, thỉnh thoảng nghe dưới vách núi có tiếng rồng gầm, tiếng trong mà tĩnh, khiến người nghe có thể dập tắt được các tư tưởng tà vạy. Bấy giờ, có một thầy tăng hiếu sự lén lấy cái bát bằng đồng giả làm tiếng rồng ngâm. Khi Phòng Quản tình cờ đến chơi chùa, nghe văng vẳng có tiếng như rồng ngâm, giật mình kinh ngạc, cho rằng tiếng rồng ngâm lại từ Chung Nam dời đến đây. Thầy tăng này mới đem cái bát ra và gõ. Phòng Quản kinh ngạc: Quả là rồng thiệt ngâm đó. Năm 778, một thầy tăng khác, có thể bắt chước được tiếng rồng ngâm theo kiểu này, đến thăm Kiểu Nhiên. Nhiên vốn dòng dõi Tạ Linh Vận, văn chương cũng có tiếng và cùng giao thân với Vi Ứng Vật. Bấy giờ, Kiểu Nhiên viết bài thơ 'Gõ bát đồng giả tiếng rồng ngâm' với một bài tựa giới thiệu. Nguồn gốc của 'Giả long ngâm' được lưu truyền bởi bài tựa này, Hạ làm bài thơ *Giả long ngâm*:

石軋銅杯
吟詠枯瘁
蒼鷹擺血
白鳳下肺
桂子自落
雲弄車蓋
木死沙崩惡溪島
阿母得仙今不老
窞中跳汰截清涎
隈壖臥水埋金爪
崖蹬蒼苔吊石發
江君掩帳篔簹折
蓮花去國一千年
雨後聞腥猶帶鐵
（假龍吟歌）

Thạch loát đồng bôi
Ngâm vịnh khô tụy
Thương ưng bãi huyết
Bạch phượng hạ phế
Quế tử tự lạc
Vân lộng xa cái
Mộc tử sa băng ác khê đảo
A mẫu đắc tiên kim bất lão
Đạm trung khiêu thải triệt thanh diên
Ôi nhuyên ngọa thuỷ mai kim trảo
Nhai đặng thương đài điếu thạch phát
Giang quân yểm trướng vân đương chiết
Liên hoa khứ quốc nhất thiên niên
Vũ hậu văn tinh do đới thiết.
(*Giả long ngâm ca*)

Đá gõ chén đồng,
Ngâm nga khô héo.
Ưng xanh máu trào,
Phượng trắng rơi phổi.
Hạt quế tự rụng,
Mây vờn tán xe.
Cây chết, cát lở, khe đảo dữ,
Vương Mẫu được Tiên, thành bất lão.
Dãi rồng trong hang đã đào thải,
Mõm đất, nước đọng, vùi móng vàng.
Rêu phủ sườn non điếu trắc ly,
Giang quân buông rèm ôm bóng tre.

Liên hoa từ biệt nghìn năm trước,
Mưa tạnh còn khua tiếng sắt đe.

Vương Kỳ nhận xét về ngụ ý của bài thơ: "Bài thơ này nhân rồng giả ngâm mà nghĩ đến rồng thiệt; cười thiên hạ đối với rồng thiệt thì xua đuổi, nhưng kẻ hiếu sự lại tả tiếng của nó để làm vui. Người ta nghe đến sự thiệt thì không thích, mà chỉ thích cái không thiệt. Ngụ ý quả là rất sâu xa."

Với nhận định này, qua những gì mà chúng ta đã có thể kết luận về Hạ, một nhà thơ ở giữa lòng thời đại, đến đây chúng ta tất thấy rõ giới hạn các lời phê bình, chỉ trích Hạ, theo đó, thơ Hạ ngoài những quỷ trâu, thần rắn, tuyệt không có gì đáng nói. Như vậy, nhận định của Đỗ Mục rất xác đáng: "Giả sử Hạ sống lâu hơn nữa để thêm cái Lý cho thơ của mình, hắn có thể phục sự cho *Ly tao* được vậy."

Thơ nhạc phủ và diễm tình

Thư pháp Hạnh Minh

1

Nhạc phủ nguyên được dùng để chỉ một công thự, nơi làm việc của các 'nhạc sư', có một nhạc phủ lệnh đứng đầu, với nhiệm vụ thâu thập các bài hát trong dân dã, để nhà vua theo đó mà thấu hiểu dân tình. Những người giỏi âm luật thời cổ, như Sư Khoáng, nhạc sư của nước Tấn đời Xuân Thu, nghe điệu ca mà có thể đoán trước được sự cát hung. Ngô công tử Quí Trát, cũng thời Xuân Thu, nghe điệu ca mà có thể biết được tình cảm của dân chúng và chính sách cai trị của một chế độ. Cho đến đời Hán, Vũ đế (140-86 Ttl), qui định lễ giao tự, và do đó thiết lập nhạc phủ. Vua chọn Lý Diên Niên làm Hiệp luật lang đô uý, chuyên trách về việc điển chế âm luật, thâu thập các ca thi; những bài nào chưa được phổ âm luật thì điển chế lại, rồi dâng lên vua để ban đêm vua ngâm.

Phát triển cho đến đời Đường, nhạc phủ không còn có nghĩa chỉ riêng một công thự nữa, mà là một thể thơ được phổ nhạc hay phỏng theo nhạc điệu có sẵn. Các nhà thơ tất nhiên không phải hoàn toàn thông hiểu âm luật. Thơ *nhạc phủ* của họ có khi dựa theo điệu ca có sẵn, chỉ đổi lại lời. Cũng có khi họ chỉ mượn đề, còn lời và nhạc khác hẳn cổ. Những hình thức *nhạc phủ* mới mẻ này được gọi chung là '*tân nhạc phủ*'.

Những nhà thơ có khuynh hướng xã hội đồng thời với Hạ như Bạch Cư Dị, Nguyên Chẩn, Trương Tịch, Vương Kiến, đều là những người chủ động trong sự bành trướng của phong trào tân *nhạc phủ*. Họ coi đó như là một hình thức văn chương dễ phổ biến nhất đến giữa nhân gian. Trong bài tựa viết cho những sáng tác của mình về tân *nhạc phủ*, Bạch Cư Dị viết: "... Mỗi thiên không qui định số câu. Mỗi câu, không qui định số chữ. Quan hệ là ở lý chứ không ở văn. Câu đầu, đưa ra mục đích; cuối chương, nói rõ cái chí. Đó là ý nghĩa của ba trăm bài thơ (trong *kinh Thi*). *Từ* thì chất phác mà gọn, muốn thấy cũng rất dễ để thí dụ. Về *ngôn* thì thẳng mà sát, muốn nghe cũng rất dễ mà ghi khắc. Về *sự,* thì thuận mà thong dong, có thể phổ thành nhạc chương, ca khúc. Nói tóm lại, vì vua, vì tôi, vì vật, vì sự thực mà nói chứ không phải vì văn mà sáng tác."

Bài tựa này cho thấy rõ quan điểm của Bạch Cư Dị về nhiệm vụ của thi ca. Sáng tác không vì chủ đích thuần mỹ suông. Hay nói cách khác, không phải nghệ thuật cho chủ đích nghệ thuật, mà là cho chủ đích nhân sinh. Nếu ca thi là phương tiện để đi thẳng vào lòng người, thì chính sự ngâm vịnh, hay hát xướng các ca thi ấy là phương tiện thiết thực nhất.

Hạ không hẳn đã đồng quan điểm thi ca với Bạch Cư Dị. Sự xung đột giữa Hạ và Nguyên Chẩn, bạn thân của Bạch, dù không có gì xác chứng, đã được giải thích như là xung đột vì khuynh hướng thi ca bất đồng. Tuy nhiên, sự thật cho thấy, ngoài cái yêu thích *Sở từ,* Hạ còn tỏ ra ưa thích *nhạc phủ* nữa. Khác với Bạch Cư Dị, mà *nhạc phủ* là phương tiện truyền thông tư tưởng, và cũng khác với Trương Tịch, Vương Kiến, mà *nhạc phủ* phần lớn ngụ ý phúng dụ; *nhạc phủ* của Hạ được sáng tác dưới ảnh hưởng của *Sở từ,* cho nên chứa nhiều ai oán và riêng tư hơn:

非君唱樂府
誰識怨秋深

Phi quân xướng nhạc phủ
Thuỳ thức oán thu thâm.

Nghe ngâm thơ nhạc phủ
Mới biết hận thu dày.

Tân và *Cựu Đường thư,* chép tiểu truyện Hạ, đều nói Hạ có khoảng 10 bài *nhạc phủ* được các nhạc sư nhạc vân thiều phổ nhạc hòa tấu. Một nhà thơ khác mà danh tiếng về thơ *nhạc phủ* được coi như ngang hàng với Hạ, đó là Lý Ích. *Tân Đường thơ* truyện Lý Ích viết: "Ích vốn cùng dòng họ với cố tể tướng Khuể; rất sở trường về thơ. Cuối niên hiệu Trinh Nguyên, danh tiếng cùng suýt soát với Hạ, người trong tôn thất. Một khi làm xong được một bài, các nhạc công tranh nhau lo lót để lấy cho được, rồi phổ thành nhạc, cung phụng thiên tử."

Thơ của Hạ ít khi nói thẳng cái mà mình muốn nói. Thêm vào đó, tính cách hoa lệ nơi lời thơ đôi khi khiến người ta khó nhìn thấy ẩn tình của tác giả. Do tính cách này Hạ khó được xếp chung với danh sách của những nhà thơ trong phong trào tân *nhạc phủ*, dẫn đầu bởi Bạch Cư Dị. Tuy nhiên, với tính cách hoa lệ của lời thơ, tiết điệu du dương của nó, tất nhiên Hạ chú trọng đặc biệt về âm luật của thơ.

Đằng khác, Hạ cũng chứng tỏ có năng khiếu đặc biệt về thưởng thức âm nhạc. Bài thơ '*Nghe Lý Bằng đàn không hầu*' đã dẫn trên kia là một điển hình. Năng khiếu này cũng được tìm thấy trong một bài khác, 'Nghe Dĩnh sư đàn cầm'. Tiếng đàn ấy, đối với Hạ, nghe xào xạc và ray rứt như những chiếc lá phù dung đang rụng, và thống thiết như chim loan khóc hận biệt ly; cũng bàng hoàng như Việt vương nửa đêm chợt tỉnh leo lên núi Thiên Mụ để nghe nữ thần tóc trắng ca ngâm:

芙蓉葉落秋鸞離
越王夜起遊天姥

Phù dung diệp lạc thu loan ly
Việt vương dạ khởi du Thiên Mụ.

Lời đẹp. Thủ pháp mang nhiều chất tượng trưng, siêu thực. Người đọc dễ có cảm giác huyễn hoặc, không thấy sát được chân tình. Tuy vậy, Hạ tỏ ra bộ kích động bởi tiếng nhạc:

……

涼館聞弦驚病客
藥囊暫別龍須席
請歌直請卿相歌
奉禮官卑復何益
（聽穎師琴歌）

Lương quán văn huyền kinh bịnh khách
Dược nang tạm biệt long tu tịch
Thỉnh ca trực thỉnh khanh tướng ca
Phụng lễ quan ty phục hà ích.
(*Thính Dĩnh sư cầm ca*)

Bịnh khách trong quán vắng, nghe tiếng đàn, bật ngồi dậy, bỏ lại đãy thuốc để tìm đến nơi đàn. Muốn làm thơ để ca ngợi tiếng đàn ấy; nhưng phải là lời ca của bậc khanh tướng mới xứng đáng; một chức quan nhỏ như Phụng lễ thái thường thì chẳng có giá trị gì.

Không chỉ có bấy nhiêu đủ để quả quyết Hạ giỏi về *nhạc phủ*. Nhưng nó cũng gián tiếp cho thấy nhất định Hạ có sở thích đặc biệt về âm nhạc nói chung, và kế đó là thơ nhạc phủ nói riêng.

Chính Hạ có lần đã tự nhận khả năng làm thơ nhạc phủ của mình. Một người bạn, tên Thân Hồ Tử, mời Hạ sang nhà uống rượu. Thân Hồ Tử cũng có biệt tài làm thơ 5 chữ và 7 chữ. Ông này cho rằng Hạ chỉ sở trường thơ 7 chữ, còn 5 chữ thì thua Đào Tiềm hay Tạ Linh Vận quá xa. Rồi Ông yêu cầu Hạ làm thử một bài. Hạ làm ngay. Đó là bài *Thân Hồ Tử tất lật ca.* Trong phần tự giới thiệu bài thơ, Hạ có nói: "Tôi soạn bằng thơ chấm câu 5 chữ. Soạn xong, tả hữu cùng xướng rập theo. Người bạn phương bắc của tôi rất vui vẻ, bưng ly tán thưởng..." Hạ làm thử, và thành công. Bài thơ được ái thiếp của Thân Hồ Tử hát.

Sự kiện Hạ được yêu cầu làm thơ trong yến tiệc còn có thể tìm thấy trong một bài tựa khác của Hạ, tự giới thiệu thơ của mình, *Hoa du khúc:* "Tiết hàn thực, các vương du ngoạn, mang theo ca kỹ. Tôi nhập bọn, nhân đó, phỏng theo điệu thơ của Lương Giản Văn (trị 549-551) mà phú Hoa du khúc; cùng với các ca kỹ đàn và xướng."

Cũng có lúc Hạ tự phụ về khả năng *nhạc phủ* của mình. Tựa cho bài thơ *Công mạc vũ ca,* Hạ viết: "... *Nhạc phủ* Nam Bắc triều có ca dẫn. Hạ tôi thấy quá dở, nên viết lại..."

Các nhà thơ viết *nhạc phủ* thường chỉ do cao hứng. *Từ* có thể mang cách điệu của nhạc, nhưng không nhất thiết mô phỏng theo cách điệu cổ. Có lúc cảm hứng của họ phát khởi từ nhan đề của một bài cổ *nhạc phủ*, nhân đó mà cảm khái về thân phận của mình, hay cảm khái với đời sống, về nhân sanh... Họ sẽ chỉ giữ lại đề cổ. *Từ* và *điệu* hoàn toàn mới hẳn. Cũng có nhiều trường hợp, chỉ có *từ* chứ không có nhạc, vì người làm *nhạc phủ* không giỏi âm luật. *Nhạc phủ* của Hạ ở vào trường hợp này. Những gì mà *Tân* và *Cựu Đường thơ* nói *nhạc phủ* của Hạ được các nhạc sư vân thiều phổ nhạc và hoà tấu chưa hẳn là sự thực có căn cứ. Bởi vì, như lời Thẩm Á Chi, một người bạn của Hạ, cho rằng Hạ có làm *nhạc phủ* thực nhưng chưa hề được phổ nhạc để hát xướng.

Dù trong trường hợp nào, cố nhiên chúng ta không cách gì thẩm định nhạc tính trong các bài thơ *nhạc phủ* của Hạ. Sự kiện cần thiết mà chúng ta phải biết về liên hệ giữa Hạ với phong trào tân *nhạc phủ* như thế nào chỉ cốt chứng tỏ một khía cạnh khác trong thơ Hạ, khía cạnh hiện thực hay xã hội.

Nói là hiện thực hay xã hội, như là yếu tính của *nhạc phủ,* ở nơi Lý Hạ cũng chỉ xảy ra đến một giới hạn nào đó. Hạ có thói quen nhìn hiện thực bằng con mắt phi hiện thực. Do cá tính này, cổ *nhạc phủ* có khả năng kích thích cảm hứng của Hạ đối chiếu với thực tại mà Hạ đang sống. Thí dụ, *Không hầu dẫn* khúc, điệu *sắt,* mang âm hưởng buồn thê thiết. Về nguồn gốc của cổ *nhạc phủ* này, tương truyền Hoắc Tử Lý Cao, lại tốt bến Triều Tiên, buổi sáng ra bến chèo thuyền, thấy một gã cuồng phu, đầu tóc bạc trắng, xách hồ rượu, bước đại xuống sông; vợ gã chạy theo sau cản, nhưng không kịp. Gã lội qua sông, chìm sông, và chết. Vợ ôm đàn không hầu, vừa gảy vừa ca:

公无渡河
公竟渡河
墮河而死
其奈公何
（箜篌引）

Công vô độ hà
Công cánh độ hà
Đọa hà nhi tử
Kỳ nại công hà.
(*Không hầu dẫn*)

Ông đừng qua sông,
Ông lại qua sông.
Chìm sông mà chết,
Biết làm sao ông.

Giọng ca của bà rất thê thảm. Ca xong, rồi cũng gieo mình xuống sông mà chết. Tử Cao về nhà thuật lại cho vợ nghe. Vợ Cao tên Lệ Ngọc. Ngọc thương cảm, dẫn đàn không hầu tả lại giọng ai oán đó, người nào nghe cũng rơi lệ. Ngọc truyền khúc nhạc cho cô gái hàng xóm là Lệ Dung, đặt tên khúc nhạc là '*Không hầu dẫn*'.

Từ nội dung và tình tiết của câu chuyện, chúng ta có thể so sánh với bài *Không hầu dẫn* của Hạ và sẽ thấy Hạ đã cảm hứng như thế nào từ một bài cổ *nhạc phủ*.

公乎公乎
提壺將焉如
屈平沉湘不足慕
徐衍入海誠為愚
公乎公乎
床有菅席盤有魚
北里有賢兄
東鄰有小姑
隴畝油油黍與葫
瓦甒濁醪蟻浮浮
黍可食醪可飲
公乎公乎其奈居
被髮奔流竟何如
賢兄小姑哭嗚嗚
（公無渡河）

Công hồ Công hồ
Đề hồ tương yên như
Khuất Bình trầm Tương bất túc mộ
Từ Diễn nhập hải thành vi ngu
Công hồ Công hồ
Sàng hữu gian tịch bàn hữu ngư
Bắc lý hữu hiền huynh
Đông lân hữu tiểu cô
Lũng mẫu du du thử dữ hồ
Ngõa vũ trược dao nghị phù phù
Thử khả thực dao khả ẩm
Công hồ công hồ kỳ nại cư
Bị phát bôn lưu cánh hà như
Hiền huynh tiểu cô khốc ô ô.
(*Công vô độ hà*)

Ông ơi! Ông ơi!
Bưng vò mà đi đâu?
Khuất Bình chìm sông chẳng đáng nói;
Từ Diễn ra khơi thiệt chí ngu.
Ông ơi! Ông ơi!
Giường có chiếu lát mâm có cá;
Xóm bắc có hiền huynh,
Giếng đông có em nhỏ.
Thóc, hồ, trên trủng mọc tràn lan,
Vò rượu bồng bềnh nếp như kiến.
Thóc ăn được, rượu uống được.
Ông ơi! Ông ơi! Làm gì đây?

Xõa tóc, trôi sông, rồi ra sao?
Hiền huynh, em nhỏ, khóc hu hu.

*

2

Như vậy, trên một phương diện, thơ *nhạc phủ* của Hạ có tính cách phúng dụ thời đại như các nhà thơ khác trong phong trào tân *nhạc phủ*. Trên một phương diện khác, chúng chịu ảnh hưởng cách điệu 'cung thể' của đời Lương, và tính cách diễm tình của chúng sẽ ảnh hưởng không ít đến các nhà thơ Vãn Đường sau này.

Trong các bài thơ diễm tình; Hạ chứng tỏ có một trực giác rất bén nhạy về tâm tình nhi nữ. Tuy nhiên, do cá tính ưa sử dụng ẩn dụ, các nhân vật nữ trong thơ Hạ ít khi là những nhân vật sống thực. Họ là những bóng dáng của một thời đại xa xưa, như Trác Văn Quân, Mạc Sầu, Tô Tiểu Tiểu, Phùng Thục Phi, vân vân. Cũng có lúc họ là những nhân cách của thế giới siêu thực, như Tương phu nhân, Bối cung phu nhân, Lan Hương thần nữ... Dù đó là những nhân vật của thần thoại, tình cảm của họ vẫn nồng nàn và chung thủy, như Tương phu nhân trong một bài thơ đã dẫn trên kia. Một loại nhân vật nữ khác làm môi giới giữa thế giới hiện thực của loài người với thế giới siêu thực của những sơn mị, yêu tinh. Đó là các nữ vu, đồng bóng, trong các bài *Thần huyền khúc, Thần huyền,* hay *Thần huyền biệt khúc...*

Mô tả đời sống của Bối cung phu nhân, như một hoàng phi giữa cung điện bao la, cũng gồm đủ lục cung thể nữ, thơ Hạ đi vào những tâm sự ẩn kín, trong cảm giác u buồn, vì thế giới của thần tiên luôn luôn tịch mịch, khác xa những cuộc vui náo nhiệt hằng đêm dài:

長眉凝綠幾千年
清涼堪老鏡中鸞

Trường mi ngưng lục kỷ thiên niên
Thanh lương kham lão kính trung loan.

Mày dài xanh mấy nghìn thu,
Chim loan trông bóng sa mù trong gương.

Con chim loan cô độc, nhìn bóng của nó trong gương, kêu khóc bi ai mà chết. Nhưng thần tiên, và trong thế giới thần tiên, thì không có sự phối ngẫu; cho nên chim loan cũng không tương tư bi thiết về sự lẻ loi của nó. Dù vậy, những sợi lông mày xanh biết "trên con mắt sầu mộng đăm chiêu của thần nữ", giữa tình tự của một mùa xuân vĩnh cửu, không hề có một bàn tay ân cần trau chuốt. Thế thì, bên cái bóng tịch liêu của thần nữ, con chim loan cũng bằng lòng với "*định mệnh thần tiên*" của nó.

Đối với các nhân vật trong lịch sử, nơi thơ Hạ có lẽ họ đích thực là cái quá khứ hoa lệ phủ lên thân phận của một hiện thực nào đó. Thí dụ, Phùng Tiểu Liên. Nàng là một ca kỹ, giỏi đàn tỳ bà, vũ khéo, rất được Bắc Tề Hậu chủ (trị 565-577) sủng ái, phong làm Thục Phi; về sau, Bắc Chu diệt Tề, nàng bị bắt và bị gả cho thái tử của Bắc Chu Vũ đế. Mấy trăm năm sau, Hạ tình cờ "gặp" Phùng Tiểu Liên trên một khúc sông, và yêu cầu nàng gảy lại một khúc nhạc tỳ bà:

灣頭見小憐
請上琵琶弦

Loan đầu kiến Tiểu Liên
Thỉnh thượng tỳ bà huyền.

Tiếng đàn gây nên một nỗi bi thương thống hận, mà một thời đã từng mê hoặc quân vương, nhưng ngày nay còn đáng giá bao nhiêu tiền?

破得春風恨
今朝值幾錢

Phá đắc xuân phong hận
Kim triêu trị kỷ tiền.

Hiển nhiên, Phùng Tiểu Liên ở đây cho phép người ta tưởng đến một cung nữ nào đó đương thời Lý Hạ, sau khi ra khỏi hoàng cung mà cốt cách một ca kỹ hoàng gia vẫn còn phảng phất. Thân phận của nàng cố nhiên không thể so với Phùng Thục Phi của Tề Hậu chủ hay Dương

Quý Phi của Huyền tông. Cảnh ngộ lưu lạc của nàng càng bị rẻ rúng nữa. Trở lại nhân gian, thân phận nàng không thể cao hơn thân phận của một thôn nữ. Thế nhưng, Hạ vẫn hình dung nơi nàng cái cốt cách kiều mị của một cung phi:

裙垂竹葉帶
鬢濕杏花煙
玉冷紅絲重
齊宮妾駕鞭
（馮小憐）

Quần thùy trúc diệp đới
Mấn thấp hạnh hoa yên
Ngọc lãnh hồng ty trọng
Tề cung thiếp giá tiên.
(*Phùng Tiểu Liên*)

Quần hồng buông dải trúc,
Khói hạnh tóc mai mờ.
Ngọc lạnh dây hồng nặng,
Ra roi vượt điện Tề.

Trực giác nhạy bén của Hạ có thể thấy trong bốn câu này, nhất là câu 7: Cảm giác lạnh lùng giữa ngọc ngà sang cả và những sợi tơ đồng nặng trĩu. Nó là cảm giác của một kiều nữ thấy mình bị rẻ rúng ngay giữa phồn hoa, ngay giữa những ân tình ve vãn.

Cũng bằng cung cách mô tả đầy chất liệu tượng trưng này, các cung nữ của Tào Tháo hình như vẫn còn sống thực, và rất sống động, trong tình cảm (hiện thực) của Hạ. Họ giữ mộ Tào Tháo theo lời di chúc: Sau khi chết, xác chôn trên gò Tây của Nghiệp đô; thị thiếp và ca kỹ, tất cả đều được đem vào an trí trong Đồng Tước đài. Trên đài, đặt một giường cao, 6 thước. Buổi sáng và buổi trưa đều phải dâng rượu và các thứ nem, chả. Mỗi tháng, ngày mồng một và ngày rằm, các ca kỹ phải đến trước trướng mà hát, múa. Các con thỉnh thoảng lên đài trông về khu lăng mộ của Tháo ở phía tây.

Đến đời Lục triều, Tạ Dao (464-499) và Hà Tốn (k.527) đề thơ vịnh các ca kỹ nơi Đồng Tước đài này. Thơ của Hà Tốn:

秋風木葉落
蕭瑟管弦清
望陵歌對酒
向帳舞空城
寂寂檐宇曠
望飄帷幔輕
曲終相顧起
日暮松柏聲
（何遜同前）

Thu phong mộc diệp lạc
Tiêu sắt quản huyền thanh
Vọng lăng ca đối tửu
Hướng trướng vũ không thành

Tịch tịch thiềm vu khoáng
Vọng phiêu duy mạn khinh
Khúc chung tương cố khởi
Nhật mộ tùng bách thanh.
(Hà Tốn, *Đồng tiền*)

Gió thu cây lá rụng,
Réo rắt sáo đàn vang.
Trông lăng ca trước rượu,
Bên trướng vũ thành hoang.
Vắng vẻ sân nhà rộng,
Phất phơ màn gió tung.
Khúc tàn dìu nhau dậy,
Sớm tối tiếng bách tùng.

Và thơ của Tạ Dao:

穗帷飄井幹
樽酒若平生
鬱鬱西陵樹
詎聞歌吹聲
芳襟染淚跡
嬋媛空復情
玉座猶寂寞
況乃妾身輕
(謝朓同謝諮議詠銅雀臺)

Tuệ duy phiêu tỉnh cán
Tôn tửu nhược bình sanh
Uất uất tây lăng thọ
Cự văn ca xuý thanh

Phương khâm nhiễm lệ tích
Thiền viên không phục tình
Ngọc tòa do tịch mịch
Huống nãi thiếp thân khinh.
(Tạ Dao, *Đồng tạ tư nghị vịnh Đồng Tước đài*)

Hạ làm một bài thơ khác, nói là 'truy họa' hai bài thơ trên:

佳人一壺酒
秋容滿千里
石馬臥新烟
憂來何所似
歌聲且潛弄
陵樹風自起
長裾壓高台
淚眼看花機
(追和何謝銅雀妓)

Giai nhân nhất hồ tửu
Thu dung mãn thiên lý
Thạch mã ngọa tân yên
Ưu lai hà sở tợ
Ca thanh thả tiềm lộng
Lăng thọ phong tự khởi
Trường cư áp cao đài
Lệ nhãn khán hoa kỷ.
(*Truy hòa Hà Tạ Đồng Tước kỹ*)

Giai nhân chuốc rượu một bầu,
Nét thu bủa rộng bóng sầu mênh mông.
Khói xanh ngựa đá đồng không,
Chiếc thân ảm đạm ngỏ cùng ai hay.
Tiếng ca gò đống ngân dài,
Thoảng trong gió lộng tàn cây rì rào.
Áo xiêm phủ rợp đài cao,
Một bầy con gái nhìn nhau khóc ròng.

Dưới đây là một bài thơ khác, trong đó Hạ thác lời một người con gái đẹp mà cuộc đời bị vây kín trong cấm cung. Những nhân vật tương tợ không phải là hiếm trong thời Hạ, và họ xuất hiện cũng khá nhiều trong thơ bấy giờ. Khuynh hướng xã hội như Nguyên Chẩn, hoàn toàn tương phản với Hạ, vẫn tỏ ra xúc động trước những cuộc đời thanh xuân bị bít kín. Trong thời Vãn Đường, đây là một trong những đề tài nổi bật nhất của thi ca.

Cung oa ca là hình ảnh của một cung nữ đêm đêm nghe tiếng chày giã thủ cung sa, làm dấu hiệu còn trinh tiết; nàng trông bóng Ngân hà, mơ tưởng quê hương:

蠟光高懸照紗空
花房夜搗紅守宮
象口吹香毾毲暖
七星掛城聞漏板
寒入罘罳殿影昏

彩鸞簾額著霜痕
啼蛄吊月鉤欄下
屈膝銅鋪鎖阿甄
夢入家門上沙渚
天河落處長洲路
願君光明如太陽
放妾騎魚撇波去
（宮娃歌）

Lạp quang cao huyền chiếu sa không
Hoa phòng dạ đảo hồng thủ cung
Tượng khẩu xuy hương tháp trừng
noãn
Thất tinh quải thành văn lậu bản
Hàn nhập phù ty điện ảnh hôn
Thái loan liêm ngạch trước sương
ngân
Đề cô điếu nguyệt câu lan hạ
Khuất tất đồng phô toả A Chân
Mộng nhập gia môn thượng sa chử
Thiên hà lạc xứ Trường Châu lộ
Nguyện quân quang minh như thái
dương
Phóng thiếp kỵ ngư phiết ba khứ.
(*Cung oa ca*)

Nến cao trơ bóng lụa là,
Tiết trinh con gái phòng hoa đêm dài.
Chiếu chăn hương quyện miệt mài,

Chênh vênh Bắc đẩu đọa đày tàn canh.
Điện mờ se lạnh lưới mành,
Vẻ loan góc trướng rập rình điểm sương.
Khóc trăng dế rỉ bên tường,
Nàng Chân mấy lớp then đồng quanh co.
Chiêm bao bến cát thương nhà,
Nẻo về cố quận Thiên hà khơi vơi.
Quân vương như ánh mặt trời,
Xin cho thân cá vẫy đuôi sông dài.

*

3

Hạ sau lần lên kinh để thi mà không được, trở về Xương Cốc, tự coi như Tư Mã Tương Như qui ẩn: Đọc sách và ngắm Văn Quân. Không rõ Hạ có vợ hay không. Nhưng nhất định tình sử của Tương Như và Văn Quân có một ấn tượng khá đậm trong óc Hạ, nếu Hạ nghĩ đến hình ảnh một đời sống hạnh phúc. Ở phương diện này, tình cảm của Hạ mới được thấy hiện thực hơn một chút; mặc dù vẫn còn lồng trong bóng dáng của một tình sử. Đây là trường hợp của '*Hữu sở tư*'. Hình như bài thơ này mô tả tâm trạng Trác Văn Quân chờ đợi ngày về của Tương Như từ đất Thục.

‘*Hữu sở tư*’ là đề của một bài *nhạc phủ* đầu tiên do Hán Vũ đế sáng tác, gồm 17 câu, có ý dụ hàng quân Nam Việt. Bấy giờ, vua nước ta, Triệu Đà, vừa chết, tự quân còn quá nhỏ, nên thái hậu Cù Thị thông gian với sứ giả tàu. Nhạc khúc được nói là sáng tác trong trường hợp này. Về sau, nó thường là đầu đề cho những *nhạc phủ* tả sự tương tư. Lư Đồng cũng có một bài, cùng đề, và cách điệu cũng gần giống với bài của Hạ mà chúng ta có thể đọc vài câu tiêu biểu:

當時我醉美人家
美人顏色嬌如花
今日美人棄我去
青樓珠箔天之涯
… …
（樂府雜曲鼓吹曲辭有所思）

Đương thời ngã tuý mỹ nhân gia
Mỹ nhân nhan sắc kiều như hoa
Kim nhật mỹ nhân khí ngã khứ
Thanh lâu châu bạc thiên chi nhai
... …
(*Nhạc phủ tạp khúc, Cổ xúy khúc từ, Hữu sở tư*)

Về nội dung thì sự thay đổi không nhiều lắm. Nguyên khúc là những lời dặn dò, tình tự, đòi hỏi sự chung thuỷ. Nhưng từ điệu của họ khác xa với nguyên khúc. Dưới đây là *Hữu sở tư* của Hạ:

去年陌上歌離曲
今日君書遠遊蜀
簾外花開二月風
臺前淚滴千行竹
琴心與妾腸
此夜斷還續
想君白馬懸雕弓
世間何處無春風
君心未肯鎮如石
妾顏不久如花紅
夜殘高碧橫長河
河上無梁空白波
西風未起悲龍梭
年年織素攢雙蛾
江山迢遞無休絕
淚眼看燈乍明滅
自從孤館深鎖窗
桂花幾度圓還缺
鴉鴉向曉鳴森木
風過池塘響叢玉
白日蕭條夢不成
橋南更問仙人蔔。
(有所思)

Khứ niên mạch thượng ca ly khúc
Kim nhật quân thư viễn du Thục

Liêm ngoại hoa khai nhị nguyệt phong
Đài tiền lệ trích thiên hàng trúc
Cầm tâm dữ thiếp trường
Thử dạ đoạn hoàn tục
Tưởng quân bạch mã huyền điêu cung
Thế gian hà xứ vô xuân phong
Quân tâm vị khẳng trấn như thạch
Thiếp nhan bất cửu như hoa hồng
Dạ tàn cao bích hoành trường hà
Hà thượng vô lương không bạch ba
Tây phong vị khởi bi long thoa
Niên niên chức tố toàn song nga
Giang sơn điều đệ vô hưu tuyệt
Lệ nhãn khan đăng sạ minh diệt
Tự tùng cô quán thâm toả song
Quế hoa kỷ độ viên hoàn khuyết
Nha nha hướng hiểu minh sâm mộc
Phong quá trì đường hưởng tòng ngọc
Bạch nhật tiêu điều mộng bất thành
Kiều nam cánh vấn tiên nhân bốc.
(*Hữu sở tư*)

Năm qua đầu ngõ ca ly khúc,
Ngày nay thơ chàng xa đất Thục.
Ngoài rèm hoa nở, gió tháng hai,
Trước đài lệ nhỏ nghìn khóm trúc.
Long đàn và ruột thiếp,

Đêm nay đứt lại nối.
Tưởng chàng ngựa trắng treo đồng cung,
Thế gian nơi đâu không gió xuân.
Lòng chàng chưa chịu vững như đá,
Sắc thiếp không lâu, như hoa hồng.
Đêm tàn ngất tạnh giải sông Ngân,
Sóng bạc trơ sông, không cầu ngang.
Khung cửi buồn mong gió Tây trổi,
Năm năm dệt lụa, đôi mày nhăn.
Núi sông vời vợi, người heo hút,
Mắt lệ trông đèn, sáng rồi tắt.
Từ khi quán vắng khép kín song,
Hoa quế mấy lần tròn lại khuyết.
Rừng cây tinh sương đàn quạ dục;
Gió lộng bờ ai rộn tiếng ngọc.
Ngày trắng tiêu điều mộng không thành
Cầu nam bói thử kỳ hẹn ước.

*

4

Sau hết, đây là bài *Não Công,* nguyên chữ Hán dài 102 câu. Hình như nó là một bài thơ mạn hứng, vì tứ thơ diễn ra lạn mạn, không qui tụ vào một điểm nào hết. Tuy nhiên, người ta thấy rõ Hạ đang mô tả một người con gái, 'sống thực' chứ không phải thần thoại hay lịch sử. Cũng có thể Hạ có những liên hệ tình cảm 'khó nói' nào đó với nàng. Bài thơ quá dài. Và ở đây chỉ mới dịch được một đoạn đầu mà thôi:

宋玉愁空斷
嬌饒粉自紅
歌聲春草露
門掩杏花叢
注口櫻桃小
添眉桂葉濃
曉奩妝秀靨
夜帳減香筒
鈿鏡飛孤鵲
江圖畫水葓
陂陀梳碧鳳
腰嫋帶金蟲
杜若含清露
河蒲聚紫茸
月分蛾黛破

花合靨朱融
發重疑盤霧
腰輕乍倚風
密書題豆蔻
隱語笑芙蓉
莫鎖茱萸匣
休開翡翠籠
弄珠驚漢燕
燒蜜引胡蜂
……
（惱公）

Tống ngọc sầu không đoạn
Kiều nhiêu phấn tự hồng
Ca thanh xuân thảo lộ
Môn yểm hạnh hoa tùng
Chú khẩu anh đào tiểu
Thiêm mi quế diệp nùng
Hiểu liêm trang tú yếp
Dạ trướng giảm hương đồng
Điền kính phi cô thước
Giang đồ họa thủy hồng
Pha đà sơ bích phượng
Yêu niệu đái kim trùng
Đỗ nhược hàm thanh lộ
Hà bồ tụ tử nhung
Nguyệt phân nga đại phá
Hoa hợp yếp chu dung

Phát trọng nghi bàn vụ
Yêu khinh sạ ỷ phong
Mật thư đề đậu khấu
Ẩn ngữ tiếu phù dung
Mạc tỏa thù du hạp,
Hưu khai phỉ thúy lung
Lộng châu kinh Hán yến
Thiêu mật dẫn hồ phong.
… …
(*Não công*)

Tràng Khanh một đoạn sầu không,
Nàng Kiều son phấn điểm hồng phấn son.
Tiếng ca sương ướp chồi non
Nghe từ cửa vọng khép dồn hạnh hoa
Anh đào chúm miệng nõn nà
Cong cong lá quế đậm đà đôi mi
Gương mai điểm nụ kiêu kỳ
Lò hương tàn lụi trướng khuya mơ màng
Lưng gương chim khách lẻ đàn
Trong tranh con nước mấy hàng bèo trôi.
Trâm cài tóc phượng rối bời
Eo thon dải lụa buộc lơi kim trùng
Chồi lan ngậm đoá sương trong
Bến sông tụ lớp tỉ nhung cọng bồ
Mày ngài chia vẻ trăng ngà

Nụ hồng hàm tiếu mặn mà điểm son
Tóc tơ nặng mái sương dồn
Lưng eo yểu điệu chập chờn gió đưa
Bút đề đậu khẩu mật thư
Phù dung ẩn ngữ phất phơ nụ cười
Thù du hộp gấm khoan cài
Chiếc lồng phỉ thuý hãy gài cánh non
Giỡn châu con én kinh hồn
Đốt lò hương mật đàn ong tụ về.
… …

*

Nha Trang, ngày mùng 08 tháng Chạp,
Giáp Dần (19/01/1975)

Bản thảo này hoàn thành cách đây đúng 50 năm; khi sách phát hành, tác giả đã ra đi, thong dong miền vô trụ, cùng tiếng chuông sớm chiều ngân vọng khắp cõi hư không. Ngôn ngữ đạo đoạn, tâm hành xứ diệt.

Kính dâng Sách lên Người với lòng vô tận tri ân.

LÝ HẠ

Bàn Tay của Quỷ

Tác giả: TUỆ SỸ

*

Nhà xuất bản Đà Nẵng

Số 03 Đường 30 Tháng 4, Q. Hải Châu, TP. Đà Nẵng

ĐT: 0236 3797814 – 3797823 Fax: 0236 3797875

www.nxbdanang.vn

Chịu trách nhiệm xuất bản:

NGUYỄN THÀNH

Biên tập: TRẦN VĂN BAN

*

Dàn trang & sửa lỗi: Hạnh Viên

Hiệu chỉnh Hán ngữ: Hạnh Minh

Bản thảo: Hạnh Nguyên

Bìa: Quảng Pháp Trần Triết

*

Liên kết xuất bản: Thư quán HƯƠNG TÍCH

Địa chỉ: 816/14 Trường Sa, P.14, Quận 3, Tp. HCM

Điện thoại: 028 62722001 - 0903740122

Website: sachhuongtich.com

*

In 2000 cuốn, khổ 13 x 20cm, tại Xí nghiệp In Fahasa

Đc: 774 Trường Chinh, P.15, Q. Tân Bình, Tp. HCM

Số ĐKKHXB: 4019-2023/CXBIPH/8-96/ĐaN cấp 11/ 2023

Số QĐXB của NXB: 1068/QĐ-NXBĐaN ngày 30/11/2023

ISBN: 978-604-84-7554-3. In xong và nộp lưu chiểu năm 2023.

www.ingramcontent.com/pod-product-compliance
Lightning Source LLC
LaVergne TN
LVHW022137071026
849580LV00015B/2176
9798869088925